மாண்புமிகு விவசாயிகள்

மரபை மீட்டெடுத்துச் சாதித்திருக்கும்
இயற்கை விவசாயிகளின் கதை

முகில்

உங்கள் ரசனை மேம்பட
வானவில் புத்தகாலயம்
10/2 (8/2) (முதல் தளம்) போலீஸ் குவார்ட்டர்ஸ் சாலை
(தியாகராயநகர் பேருந்து நிலையத்திற்கும்
காவல் நிலையத்திற்கும் இடைப்பட்ட சாலை)
தியாகராயநகர், சென்னை – 600 017
தொலைபேசி : 29860070, 24342771
கைபேசி : 7200050073

Publisher
P. Karthikeyan

Layout
R. Muthuganesan

Cover Design
Creative Studios

Title:
Manbumigu Vivasayigal
Author:
Mugil
Address:
Vanavil Puthakalayam
10/2(8/2) (First Floor) Police Quarters Road,
(Between Thiyagaraya Nagar Bus Stop & Police Station)
Thiyagaraya Nagar, Chennai - 17
Phone: 29860070, 24342771
Cell: 72000 50073

Vanavil Puthakalayam
6 th sense_karthi
e-mail : vanavilputhakalayam@gmail.com
Website: sixthsensepublications.com

Edition:
First : February, 2021
© S. Kaleeswari

E-mail : writermugil@gmail.com

writermugil

No part of this book may be reproduced or transmitted in any form without permission in writing from the author and publisher

Pages: 160

Price : Rs. 199

தலைப்பு
மாண்புமிகு விவசாயிகள்
நூலாசிரியர்
முகில்
முதற்பதிப்பு : பிப்ரவரி, 2021
பக்கங்கள் : 160

விலை : ரூ.199
உரிமை: © எஸ். காளீஸ்வரி

வானவில் புத்தகாலயம்
10/2 (8/2) (முதல் தளம்)
போலீஸ் குவார்ட்டர்ஸ் சாலை
(தியாகராயநகர் பேருந்து நிலையத்திற்கும் காவல் நிலையத்திற்கும் இடைப்பட்ட சாலை)
தியாகராயநகர், சென்னை – 600 017
தொலைபேசி : 29860070, 24342771
கைபேசி: 72000 50073
மின்னஞ்சல்: vanavilputhakalayam@gmail.com
Website: sixthsensepublications.com

இந்தப் புத்தகத்திலுள்ள எந்த ஒரு பகுதியையும் பதிப்பாளர் மற்றும் எழுத்தாளர் அனுமதியை எழுத்து மூலம் பெறாமல் பதிப்பிக்கக் கூடாது.

No part of this book may be reproduced or transmitted in any form without permission in writing from the author or publisher

நீங்கள் Smart Phone உபயோகிப்பவராக இருந்தால் QR Code Reader Application மூலம் இதை Scan செய்தால் நேரடியாக எமது இணையதளத்திற்கு சென்று மேலும் எங்கள் வெளியீடுகள் பற்றிய விவரங்களைப் பெறலாம்.

ISBN : 978-81-947827-8-0

உழவும் உணவும்!

ஒரு விவசாயியின் ஆகப்பெரும் கனா வருடம் முழுவதும் பருவம் பொய்க்காமல் பயிரிட்டு அறுவடை செய்வது என்பதுதான். *50 – 100* ஏக்கருக்குள் அடங்கிய ஒரு கிரிக்கெட் மைதானத்திலேயே பகல் நேர ஆட்டத்தில் புல் இருப்பதும், இரவு நேர ஆட்டத்தில் பனிபெய்வதும் ஆட்டத்தின் போக்கையே மாற்ற வல்லதாக இருப்பதால் வெற்றி / தோல்வியை நிர்ணயிப்பதில் டாஸ் ஒரு முக்கியமான காரணியாக இருக்கிறது. ஆனால், பூமிப்பந்தில் மூன்றில் ஒரு பங்கு வகிக்கும் வனங்களை நாம் போகிற போக்கில் உலகமயமாக்கல் என்ற பெயரில் மொட்டையடித்துவிட்டு, பின்பு தொழிற்சாலைகளால் ஏற்படும் மாசுகள் பற்றியும், பருவநிலை மாற்றத்தைப் பற்றி வட்டமேசை மாநாடுகள் நடத்திக்கொண்டிருக்கிறோம்.

கடந்த பத்து ஆண்டுகளில் உலக அளவில் நிகழ்ந்த மாற்றங்களின் அதிர்வுகள் இந்தியாவிலும் எதிரொலிக்க ஆரம்பித்திருக்கின்றன. விவசாயப் பின்புலத்திலிருந்து வந்து பெருங்கனவோடு *Bsc / B.Tech – Agriculture* படித்துவிட்டு *IT*-யில் வேலை செய்தது மாறி, இன்று *IT* படித்துவிட்டும் விவசாயத்தின் பக்கமும், கால்நடை வளர்ப்பு நோக்கியும், காடுகளை, நீர்நிலைகளை மீட்டெடுப்பது குறித்தும் ஏராளமான இளைஞர்கள் தேசம் முழுவதும் கவனத்தைக் குவித்து வருகிறார்கள். பழங்குடிப் பின்புலத்திலிருந்து வந்து படித்து, பட்டம் பெற்று வனத்துறை அதிகாரியாக பணியமர்கிறார்கள். படித்த அறிவியலையும், மரபு சார்ந்த தொழில்நுட்பத்தையும் இணைக்கும் கண்ணியாக இணையமும் கணினிகளும் உருவெடுத்துள்ள

கல்விச்சூழல்தான் நகரமயமாக்கலுக்குப் பின்னான சந்ததியை மீண்டும் கிராமத்திற்கே திரும்ப வைத்து நாற்றாங்கால் நடச் செய்யும் சரியான கொதிநிலையை நாம் எட்டியுள்ளோம் *(Work From Hometown)*.

அதன் பலனாக சேவை பொருளாதாரம், உற்பத்திப் பொருளாதாரம் இரண்டின் பலனையும் முழுமையாகப் பெறலாம். பெருநகரங்களின் வலைப்பின்னலாக மட்டுமே இயங்கி வந்த அரசுகளுக்கு வீட்டுத் தோட்டம், மாடித் தோட்டம், சமூக ஆதரவு விவசாயம், கூட்டுப்பண்ணை இவையெல்லாம் நவீன கலாச்சாரக் குறியீடுகள். இவையெல்லாமே ஒரு சுழற்சியில் மீண்டும் கிராமியம் என்ற மையத்தை நோக்கி வந்தடைந்த பழக்கம்தான் என்கிறார் நூலாசிரியர். ஒரு தொழிலை / தொழில் முறையை நுகர்வோரைப் பகடையாக்கி முதலீட்டாளருக்கு அதிக லாபம் ஈட்டித்தரும் இயந்திரமாக மட்டுமே பிரகடனப்படுத்தாமல், தான் சார்ந்திருக்கும் சமூகத்தின் வாழ்வியலின் கேந்திரமாக்குவதையே வியாபார உத்தியாகக் கொண்டவர்களுக்கு பணம் ஒரு பொருட்டேயல்ல. இந்த சூட்சமத்தைப் புரிந்து கொண்ட யாரும் விவசாயி ஆகலாம்!.

23.02.2021

கார்த்திகேயன் புகழேந்தி
பதிப்பாளர்.

மாண்புமிகு

யாஸ்மின் அரிம்பரா	/ 07
யோஸிகாஷு கவாகுச்சி	/ 14
துளசி கவுடா	/ 21
ஹுகும்சந்த் பட்டிதார்	/ 27
ஷி யான்	/ 33
ரஹிபாய் சோமா போபரே	/ 41
கிருஷ்ணா மெக்கன்சி	/ 49
டிம் - ஜோ பட்டென்	/ 56
வோ வான் தியெங்	/ 63
டிரினிடி சாயோ	/ 70

மாண்புமிகு

காமா மபிவே	/	77
சாரா கிறிஸ்டினா	/	85
தலேப் பிராஹிம்	/	93
ராதா மோகன் - சபர்மதி	/	101
அப்தெல்லா பௌதிரா	/	109
ஃப்ளோரிஸ் நியு	/	117
நிக் சாகெல்லாரோபௌலாஸ்	/	125
விஜய் ஜர்தாரி	/	133
லண்ட்பெர்க் குடும்பத்தினர்	/	141
சுந்தர ராமன்	/	151

01

யாஸ்மின் அரிம்பரா

தென்னலாவின் தாய்

இயற்கையில் எதுவொன்றும் தனக்காகச் சுயநலத்துடன் வாழ்வதில்லை. நதிகள் தங்கள் நீரைக் கொண்டு தாகம் தணித்துக் கொள்வதில்லை. மரங்கள் தங்கள் கனிகளைப் புசித்துப் பசியாறுவதில்லை. சூரியன் தன் ஒளியைக் கொண்டு குளிர்காய்வதில்லை. ஆம், அடுத்தவர்களுக்காக வாழ்வது என்பது மட்டுமே இயற்கையின் நியதி

'**நா**ன் நெல் பயிரிடப் போகிறேன்' என்று யாஸ்மின் அரிம்பரா ஊராரிடம் சொன்னபோது அங்கே மிஞ்சியிருந்த ஒரு சில விவசாயிகளும் கேலி பேசினார்கள். சத்தம்போட்டு உரக்கவே சிரித்தார்கள். பைத்தியக்காரத்தனம் என்று முகத்துக்கு நேராகவே சொன்னார்கள். 'ஆம்பளைங்களே ஓய்ஞ்சு போய் பல காலமாச்சு. நீ ஒரு பொம்பளை. ஒன்னால ஒண்ணும் பண்ண முடியாது' என்று அவநம்பிக்கையுடன்

பேசினார்கள். ஒருவர்கூட ஊக்கமளிக்கும் விதத்தில் ஒரே ஒரு வார்த்தைகூடப் பேசவே இல்லை. அதற்கெல்லாம் யாஸ்மின் கவலைப்படவில்லை. தன் முடிவில் தெளிவாக, தீர்மானமாக இருந்த அவர், வயலில் களமிறங்கினார். தனக்குள் உறுதியாகச் சொல்லிக் கொண்டார்.

'நான் நம்பும் இயற்கை எங்களைக் கைவிடாது!'

கேரளாவின் மலப்புரம் மாவட்டத்திலிருக்கும் தென்னலா பஞ்சாயத்தில் பிறந்தவர் யாஸ்மின் அரிம்பரா. விவசாயக் குடும்பம்தான். சிறுவயது முதலே வயலும், வயல் சார்ந்த அனுபவங்களும் யாஸ்மினுக்குள் நிறைந்தே கிடந்தன. ஆனாலும் படித்து, பட்டம் வாங்கி நல்லதொரு வேலைக்குச் செல்ல வேண்டும் என்ற ஆசையும் வேர்விட்டுக் கிடந்தது.

ஒன்பதாம் வகுப்பில் நல்ல மதிப்பெண்கள் பெற்றிருந்த யாஸ்மின், பத்தாவது வகுப்புக்குச் செல்வதற்குப் புதிய கனவுகளோடு தயாராகிக் கொண்டிருந்தாள். அப்போது தந்தை சொன்ன வார்த்தைகள் யாஸ்மினை நொறுக்கிப் போட்டன. 'நீ இனிமே பள்ளிக்கூடத்துக்குப் போக வேண்டாம்!' அவளுக்குக் கண்ணீர் முட்டியது.

இஸ்லாமியக் குடும்பத்தில் பிறந்ததால் விதிக்கப்பட்ட கட்டுப்பாடு அல்ல அது. தவிர, யாஸ்மினுக்கு உடனே திருமண ஏற்பாடு செய்யும் நிலையிலும் தந்தை இல்லை. வயல் கைகொடுக்கவில்லை. வறுமை வாட்டியது. மகளும் சேர்ந்து வயலில் இறங்கினால் ஓர் ஆளுக்குக் கொடுக்க வேண்டிய கூலியாவது மிச்சமாகும் என்று தந்தை கணக்குப் போட்டார்.

> நீங்க நினைக்குற மாதிரி அது சுலபம் கிடையாது. உங்களுக்கு நெல்லுக்கு விலையே கிடைக்காது' என்று யோசித்தார்கள். 'அதெல்லாம் நாங்கள் பார்த்துக் கொள்கிறோம். உங்களுக்கான குத்தகைப் பணம் குறைவில்லாமல் வந்து சேரும்' என்று உறுதி கொடுத்தார் யாஸ்மின்.

தன் வயதுப் பெண்களெல்லாம் வழக்கம்போலப் பள்ளிக்குச் செல்வதைப் பார்க்கும்போது யாஸ்மினுக்குள் ஏக்கம் பொங்கியது. யாராவது தனக்காகப் பரிந்து பேசி மீண்டும் பள்ளிக்குச் செல்ல அனுமதி வாங்கித் தரமாட்டார்களா என்று காத்திருந்தாள். யாரும் வரவில்லை. தன் குடும்பத்தின் சூழலை நன்கு உணர்ந்திருந்த யாஸ்மின், வயலில் களை பறிக்கத் தொடங்கினாள்.

சில வருடங்களுக்குப் பிறகு யாஸ்மினின் வாழ்வில் வெளிச்சம் ஒன்று தென்பட்டது. 2010-ம் ஆண்டில் கேரள அரசின் கிராமப்புற பெண்கள் மேம்பாட்டுக்கான 'குடும்பஸ்ரீ திட்ட'த்தைச் செயல்படுத்துவதற்காக, அரசு அதிகாரிகள் யாஸ்மினின் கிராமத்துக்கு வந்திருந்தார்கள். பெண்களுக்குத் தொழில் பயிற்சிகள் கொடுத்து, கடன் உதவி செய்து, அவர்கள் சிறுதொழில் தொடங்க வழி செய்வதே அந்தத் திட்டத்தின் முக்கிய நோக்கம். யாஸ்மின், முதல் ஆளாக அந்தத் திட்டத்தில் தன்னை இணைத்துக் கொண்டார். 'நம் உழைப்பெல்லாம் சொற்ப கூலிப் பணத்துக்காக வீணாகிக் கொண்டிருக்கிறது. சொந்தத் தொழில் செய்து வாழ்வில் உயர்வதற்கு குடும்பஸ்ரீ திட்டத்தின் மூலம் ஏதாவது வழி பிறக்கும். நம்பிக்கையோடு இணைந்து செயல்படுவோம், வாருங்கள் தோழியரே!' யாஸ்மினின் முயற்சியால் ஊரில் பல நூறு பெண்கள் அந்தத் திட்டத்தில் இணைந்தனர். அடுத்த இரண்டாவது ஆண்டில், தென்னலா பஞ்சாயத்தின்

குடும்பஸ்ரீ திட்டத்துக்கான தலைவி பொறுப்புக்கு யாஸ்மின் தேர்ந்தெடுக்கப்பட்டார்.

யாஸ்மின், தன் மனதில் பலகாலமாகக் கனன்று கொண்டிருந்த அந்தக் கனவுக்குச் செயல் வடிவம் கொடுக்க நினைத்தார். 'தென்னலா அரிசியை கேரளாவின் புகழ்பெற்ற வணிகப்பயிராக மாற்றிக்காட்ட வேண்டும்' என்பதே அவரது கனவு. இனியும் விவசாயத்தை நம்பி பிழைப்பை ஓட்ட முடியாது என்பதால் கேரள இளைஞர்களும், நடுத்தர வயது ஆண்களும் வளைகுடா நாடுகளுக்கு ஏதாவது ஒரு பணிக்குச் சென்று விடுகிறார்கள் என்பது நாம் அறிந்ததே. தென்னலாவிலும் பெரும்பாலும் வயதான ஆண்களும் சிறுவர்களும் மட்டுமே மிஞ்சிக் கிடந்தார்கள். எனவே தென்னலாவில் நெல் பயிரிடுவது என்பதே அருகிப் போயிருந்தது. நிலங்கள் சும்மா கிடந்தன. வேதியியல் உரங்களும், வீரிய பூச்சிக் கொல்லிகளும் வயல்களை மலடாக்கியிருந்தன.

இந்தச் சூழலில்தான் யாஸ்மின், 'நெல் விவசாயம் செய்யப் போகிறேன்' என்று களமிறங்கினார். ஊரில் மிஞ்சிக் கிடந்த ஆண்களும், வயதான பெண்களும் கிண்டல் செய்து சிரித்தார்கள். 'இவர்களுக்குக் காலம் பதில் சொல்லும்' என்று நினைத்துக் கொண்ட யாஸ்மின், குடும்பஸ்ரீயின் உறுப்பினர்களை அழைத்துப் பேசினார். அவர்களில் பெரும்பாலான பெண்கள் வறுமைக் கோட்டுக்குக் கீழே வாழ்பவர்கள். சொந்த நிலமற்றவர்கள். அவர்களால் நிலமெல்லாம் வாங்க முடியாது. எனில், நெல் விவசாயம் செய்ய நிலத்துக்கு எங்கே போவது?

யாஸ்மினும் மற்ற பெண்களும், நில உரிமைதாரர்கள் பலரிடம் சென்று பேசினார்கள். 'நீங்க சும்மா போட்டு வைச்சிருக்கிற நிலத்தை நாங்க குத்தகைக்கு எடுத்து நெல் விவசாயம் செய்யப்போறோம்' என்றார்கள். 'நீங்க நினைக்குற மாதிரி அது சுலபம் கிடையாது. உங்களுக்கு நெல்லுக்கு விலையே கிடைக்காது' என்று யோசித்தார்கள். 'அதெல்லாம் நாங்கள் பார்த்துக் கொள்கிறோம். உங்களுக்கான குத்தகைப் பணம் குறைவில்லாமல் வந்து சேரும்' என்று உறுதி கொடுத்தார் யாஸ்மின்.

குடும்பஸ்ரீ அமைப்பின் மூலம் கிடைத்த நிதி உதவி, நபார்டு வங்கி கொடுத்த கடன் உதவியால் தென்னலா பெண்கள் நிலங்களைக் குத்தகைக்கு எடுத்தனர். யாஸ்மின், தனது அமைப்பிலிருந்த பெண்களை 126 குழுக்களாகப் பிரித்தார். குழுவுக்கு 5 பெண்கள். ஒவ்வொரு குழுவுக்கும் 1 முதல் 3 ஏக்கர் வரை நிலம். நம்பிக்கையுடன் நிலத்தைச் சீர்திருத்தம் செய்ய ஆரம்பித்தார்கள்.

'எந்தக் காரணத்தைக் கொண்டும் வேதியியல் உரங்களை உபயோகிக்கவே கூடாது. பூச்சிக்கொல்லிகளைத் தொடவே கூடாது. முழுக்க முழுக்க நம் முன்னோர்கள் செய்த இயற்கை விவசாயத்தையே நாமும் மேற்கொள்ள வேண்டும். தென்னலாவில் விளைவிக்கப்பட்ட ஆர்கானிக் அரிசி என்பதே நமக்கான அடையாளமாகத் திகழ வேண்டும்' - யாஸ்மின் தெளிவாக இருந்தார். அதையே தன் குழுவினரிடமும் எடுத்துச் சொன்னார். கிருஷி பவன் என்ற அமைப்பு இயற்கை விதைகளையும் உரங்களையும் கொடுத்து உதவி செய்தது. தென்னலாவின் பெண்கள் உழைப்பைக் கொட்டினார்கள். மழையும் அவர்களுக்குக் கைகொடுத்தது. நெல் பயிர் பூத்து, பால் பிடித்து, கதிராகத் தொடங்கி, முற்றி, முழுவளர்ச்சியடைந்து

மாண்புமிகு விவசாயிகள்

தலைகுனிந்து நின்றது. யாஸ்மினும் மற்ற பெண்களும் தலைநிமிர்ந்து நின்றார்கள்.

முதல் ஆண்டிலேயே 26 டன் நெல் மகசூல். அடுத்த ஆண்டில் 30 டன். தங்களால் வெற்றிகரமாக விவசாயம் செய்ய இயலும் என்று யாஸ்மின் குழுவினர் நிருபித்தார்கள். ஆனால், அவர்களுக்கு லாபம் கிடைக்கவில்லை. வணிக நுட்பங்கள் எதுவும் அறியாத அந்தப் பெண்களால் தென்னலா நெல்லை முறையாகச் சந்தைப்படுத்த முடியவில்லை. அரிசியைப் பாதுகாக்கும் குடோனுக்கான வாடகை, அதை பேக் செய்யும் செலவு, வாகனங்களுக்கான வாடகை என்று எல்லாம் சேர்ந்து கையைக் கடித்தன. இடைத்தரகர்களிடம் லாபமெல்லாம் பறிபோனது.

உழைப்புக்கேற்ற லாபமும் இருந்தால்தானே அது முழுமையான வெற்றி. யாஸ்மின் அடுத்த அடியை எடுத்து வைத்தார். தாங்கள் விளைவிக்கும் நெல்லைச் சந்தைப்படுத்துவதற்கென்றே புதிய நிறுவனம் ஒன்றைத் தொடங்கினார். 2015-ம் ஆண்டில் Thennala Agro Farmer's Producer Company Ltd உருவாக்கப்பட்டது. 'தென்னலா அரிசி' - என்ற பெயரில் முற்றிலும் இயற்கை முறையில் விளைவிக்கப்பட்ட அரிசியானது கேரளாவின் பல்வேறு பகுதிகளுக்கும் கொண்டு செல்லப்பட்டது. குடும்பஸ்ரீ அமைப்பும் சந்தையை விரிவுபடுத்த உதவியது. அதே ஆண்டிலேயே லாபகரமான நிறுவனமாக அது இயங்கத் தொடங்கியது.

2, 5 மற்றும் 10 கிலோ அளவிலான தென்னலா அரிசி, அரிசி மாவு, பாயாசம் மிக்ஸ், அரிசிப் பொரி, அரிசித் தவிடு என்று இப்போது கேரளாவெங்கும் இந்த நிறுவனத்தின் தயாரிப்புகள் விற்பனை ஆகிக் கொண்டிருக்கின்றன. நிறுவனத்தின் தலைமை நிர்வாகியாக இயங்கும் யாஸ்மின், தனக்கான ஐந்து ஏக்கர் நிலத்தில் நெல் விவசாயத்தைத் தொடர்ந்து கொண்டிருக்கிறார். நிலமே இல்லாமல் இருந்த சில குடும்பத் தலைவிகள், தற்போது நிலத்தின் உரிமையாளர்களாக உயர்ந்து, இயற்கை விவசாயத்தை தொடர்ந்து கொண்டிருக்கிறார்கள். குறிப்பாக தென்னலாவின் இஸ்லாமியப் பெண்கள்

பலரும் சொந்தக்காலில் நிற்கத் தொடங்கியிருக்கின்றனர். அனைத்துப் பெண்களையுமே நிறுவனத்தின் பங்குதாரராகவும் உயர்த்தியிருக்கிறார் யாஸ்மின். ஒரு காலத்தில் யாஸ்மினை கேலி பேசிய ஆண்களே, இப்போது அவரைத் தேடி வருகிறார்கள், பல்வேறு விஷயங்களில் ஆலோசனைகள் பெற.

அடுத்த முயற்சியாக யாஸ்மின், தென்னலாவில் தனது சொந்தச் செலவில் சிறப்புக் குழந்தைகளுக்கான பள்ளி ஒன்றையும் தொடங்கி நடத்தி வருகிறார். சுமார் 40 குழந்தைகள் அங்கே படிக்கிறார்கள். 'இந்தக் குழந்தைகளின் குரலும் நாளை சுதந்தரமாக ஒலிக்க வாய்ப்பு கொடுக்க வேண்டுமல்லவா!' என்று நேர்காணல் ஒன்றில் சிரிக்கும் யாஸ்மினின் முகத்தில் தாய்மை மிளிர்கிறது.

02

யோஸிகாஷு கவாகுச்சி

பாரம்பரியத்தின் பாதுகாவலர்

> **நவீன வழியில் வேளாண்மை செய்யும் விவசாயிகளுக்கு ஒரு கவிதை எழுதுவதற்கோ அல்லது ஒரு பாடலை இயற்றுவதற்கோ நேரம் அமைவதே இல்லை.**
>
> **– மசானோபு ஃபுகோகா**

விவசாயக் குடும்பத்தில் பிறந்திருந்தாலும் யோஸிகாஷு கவாகுச்சிக்கு ஓவியத்தில்தான் அதிக நாட்டமிருந்தது. மண் தரையிலும் சுவரிலும் ஏதாவது வரைந்து கொண்டிருப்பதுதான் அவரது பொழுதுபோக்கு. ஆனால், அவரது வீட்டில் யாரும் ஓவியர்கள் கிடையாது. அவரது தந்தை ஒரு விவசாயியாகவே பிறந்து, வளர்ந்து, வாழ்ந்து, கவாகுச்சியின் பதினோராவது வயதில் விவசாயியாகவே இறந்தும் போனார். '300 வருசத்துக்கும் மேல நம்ம பரம்பரைல எல்லோரும் விவசாயம்தான் பண்ணிக்கிட்டிருக்கோம். அதைத்தவிர வேற எதுவுமே

தெரியாது' என்று தந்தை சொல்லக் கேட்டிருக்கிறார் கவாகுச்சி.

ஆனாலும் அவர்கள் பண்ணையார்களாகச் செல்வச் செழிப்புடன் வாழவில்லை. அடுத்தவர்களது நிலத்தில் உழைத்துக் களைத்த மிச்ச நேரத்தில், சொந்தமாக இருந்த துண்டு நிலத்திலும் பாடுபட்டார்கள். 1939-ம் ஆண்டில் ஜப்பானின் நாரா மாவட்டத்தின் சாகுராய் என்ற ஊரில் பிறந்த கவாகுச்சி, குடும்பத்தின் மூத்த மகன். நடுநிலைப்பள்ளியில் படித்துக் கொண்டிருந்த கவாகுச்சி, தந்தையின் மறைவுக்குப் பிறகு முழுநேரமும் வயலில் இறங்கினார். அதேசமயம் தனது இளைய சகோதரர்களைப் பள்ளிக்கு அனுப்பி, படிக்கவும் வைத்தார். அசுர உழைப்பினால் குடும்பத்தினர் பசியுடன் படுத்துத் தூங்கவில்லை.

கவாகுச்சி தனது இருபதாவது வயதில் இரவு நேரப் பள்ளியில் படிக்கும் வாய்ப்பைப் பெற்றார். ஆர்வத்துடன் கற்றார். விவசாயம் கிடக்கட்டும். பிடித்த வேலையைச் செய்து சம்பாதிக்கும் வழியைப் பார்க்கலாமே என்று மனம் ஏங்கியது. ஓஸாகாவிற்கு அருகிலுள்ள டென்னோஜி கலைக் கல்லூரியில் இணைந்த கவாகுச்சி, ஓவியம் பயின்றார். ஜப்பானின் பல இடங்களுக்குப் பயணம் செய்தார். அருங்காட்சியகங்களையும் கோவில்களையும் கண்டு களித்தார். ஆசை தீர வரைந்தும் பார்த்தார். விதைப்புக் காலத்திலும், அறுவடைக் காலத்திலும் ஊருக்குத் திரும்பி வயல் வேலைகளையும் கவனித்துக் கொண்டார்.

ரயில் பயணம் ஒன்று. சன்னலின் வழியே வயல்வெளிக் காட்சிகள்.

'எதையும் செய்யாதே!' என்பது இயற்கை விவசாயத்தில் ஃபுகோகாவின் முக்கியமான அறிவுரை. கவாகுச்சி, ஃபுகோகாவின் அடியொற்றி அவரைப் பின்பற்ற நினைக்கவில்லை. அவரை முன்மாதிரியாகக் கொண்டு இயற்கை விவசாயத்தைக் கற்றுக் கொள்ள விரும்பினார், இயற்கையிடமிருந்தே!

கண்ணுக்கெட்டிய தொலைவு வரை புள்ளியாகத் தேய்ந்து மறையும் பச்சை. இயற்கையைவிட சிறந்த ஓவியம் இருக்க முடியுமா என்று கவாகுச்சியின் மனதில் தோன்றியது. மீண்டும் முழுநேர விவசாயியாக வயல்களில் உழைக்கத் தொடங்கினார் கவாகுச்சி. அப்படியே பல வருடங்கள் ஓடின. 1978-ம் ஆண்டு. நாற்பது வயதை நெருங்கிக் கொண்டிருந்த கவாகுச்சியின் உடல் களைத்துப் போனது. கல்லீரல் கடுமையாகப் பாதிக்கப்பட்டிருக்கிறது என்றார்கள். மருந்துகளும் மாத்திரைகளும் ஊசிகளும் எந்தவிதமான நிவாரணமும் தரவில்லை. பாரம்பரிய சீன மருத்துவத்தை நாடிச் சென்றார். சீன வைத்தியர்கள் கவாகுச்சியின் கல்லீரலுக்குப் புத்துயிர் கொடுத்தனர். அப்படியே பேருண்மை ஒன்றையும் எடுத்து வைத்தனர்.

'எந்நேரமும் வயலில்தானே கிடக்கிறாய். அங்கே நீ பயன்படுத்தும் பூச்சிக்கொல்லிகளும் ரசாயன உரங்களும் களைக்கொள்ளிகளும்தான் உன் கல்லீரலும் உடலும் கெடுவதற்குக் காரணம். ஆம், அந்த வேதிப்பொருள்களும், அவை கலந்த உணவுமே உன்னை இந்த நிலைக்கு ஆளாக்கியிருக்கின்றன!'

அடுத்த அதிர்ச்சியும் நிகழ்ந்தது. முதல் முறையாகக் கர்ப்பம் தரித்திருந்த கவாகுச்சியின் மனைவியின் வயிற்றில் கட்டி என்றார்கள். கட்டியை எடுத்தே ஆக வேண்டும். குழந்தை பிழைப்பது கடினம்தான். கட்டியை எடுக்காவிட்டால் தாயும் பிழைப்பது கடினம் என்றெல்லாம் மருத்துவர்கள் பயமுறுத்தினார்கள். கவாகுச்சி, 90 வயது நிரம்பிய மருத்துவச்சி ஒருத்தியிடம் மனைவியை அழைத்துச் சென்றார். அந்தக் கிழவி, பாரம்பரிய சீன மருத்துவ முறைப்படி கட்டியைக் கரைத்தார். தாயையும் சேயையும் பிழைக்கச் செய்தார். பெண் குழந்தைக்குத் தகப்பன் ஆனார் கவாகுச்சி.

இனி பாரம்பரிய சீன வைத்தியம் தவிர வேறு பக்கம் ஒதுங்கவே மாட்டேன் என்று கவாகுச்சி முடிவெடுத்தார். ஆனால், தொழிலில் என்ன செய்ய? விவசாயம் செய்வதையே நிறுத்தி விடலாமா? அல்லது இயற்கை விவசாயத்துக்கு மாறலாமா? வேதியியல் இன்றி விவசாயம் செய்ய இயலுமா என்ன?

கவாகுச்சி குழம்பிக் கிடந்தக் காலத்தில்தான் ஜப்பானிய இயற்கை விவசாயியான மசானோபு ஃபுகோகாவின் '*The One Straw Revolution*' (ஒற்றை வைக்கோல் புரட்சி) புத்தகம் வெளியாகி கவனம் பெற்றிருந்தது. கவாகுச்சி அந்தப் புத்தகத்தைத் தேடி வாங்கிப் படித்தார். மீண்டும் மீண்டும் படித்தார். உண்மை ஒன்று புரிந்தது.

மாண்புமிகு
விவசாயி

'இந்த உடலும் நிலமும் வேறு வேறு அல்ல. இரண்டுமே ஒன்றுதான். தேவையில்லாதவற்றை உடலுக்குள் திணிக்கும்போது அது பாதிப்படைகிறது. நிலமும் அப்படித்தான். தனக்குத் தேவையானதை மட்டும் கொடுத்தால் உடல் ஏற்றுக் கொண்டு மேலும் பலமாகிறது. அதன் ஆயுள் கூடுகிறது. நிலமும் அப்படித்தான்! ஆம், உடலும் நிலமும் ஒன்றுதான்!'

அதுவரை கவாகுச்சி, தானியங்கள் விளைவிக்கும் உற்பத்திக்கூடமாக மட்டும்தான் நிலத்தைப் பார்த்துக் கொண்டிருந்தார். இப்போது அவரது பார்வையில் வாஞ்சையும் கனிவும் நிரம்பியிருந்தது. அந்த வயல்வெளி உயிர் ததும்பும் இயற்கையின் மடியாகத் தெரிந்தது. 'எதையும் செய்யாதே!' என்பது இயற்கை விவசாயத்தில் ஃபுகோகாவின் முக்கியமான அறிவுரை. கவாகுச்சி, ஃபுகோகாவின் அடியொற்றி அவரைப் பின்பற்ற நினைக்கவில்லை. அவரை முன்மாதிரியாகக் கொண்டு இயற்கை விவசாயத்தைக் கற்றுக் கொள்ள விரும்பினார், இயற்கையிடமிருந்தே!

அடுத்த இரண்டு ஆண்டுகள் அவர் தன் நிலத்தில் எதுவுமே பயிரிடவில்லை. எவையெல்லாம் தானாக வளருகின்றனவோ, அவையெல்லாம் அப்படி அப்படியே

மாண்புமிகு விவசாயிகள் ❖ 17

வளரட்டும் என்று வேடிக்கை மட்டும் பார்த்துக் கொண்டிருந்தார். தன் உடலைப் போல நிலமும் இயற்கையாக மீண்டு வரட்டும் என்று காத்திருந்தார். அதற்குப் பிறகு பயிரிட ஆரம்பித்தார். இயற்கையிட மிருந்தே விவசாயத்தைக் கற்றுக் கொள்ள ஆரம்பித்தார். சறுக்கல்களும் தடுமாற்றங்களும் நிறையவே இருந்தன. ஆனால், அடுத்த பத்தாண்டுகளில் கிடைத்த அனுபவங்கள் அவருக்கென்று, அவரது நிலத்துக்கென்று, அவரது பிரதேசத்தின் சூழ்நிலைக்கென்று 'விவசாயப் பாடம்' ஒன்றைக் கற்றுக் கொடுத்தது. கவாகுச்சி, தேர்ந்த இயற்கை விவசாயியாக மாறினார்.

கவாகுச்சி கடுமையாகக் கடைபிடிக்கும் விஷயங்கள் இவை. வேறு எந்த நாட்டின் இயற்கை விவசாயிக்கும் பொருந்தக்கூடியவையும்கூட. 'நிலத்தை ஒருபோதும் உழாதே! களைகளைப் பறிக்காதே! பூச்சிகள், பயிர்களின் எதிரிகள் அல்ல. உரங்கள் எதுவுமே தேவையில்லை. நீ வாழும் பிரதேசத்தின் தட்பவெப்பநிலைக்கேற்ற பயிர்களைத் தேர்ந்தெடு!'

கவாகுச்சியைப் பொருத்தவரை நிலம் என்பது காடு. அதைச் சீர்திருத்தம் செய்வது கூடாது. விவசாயம் என்ற பெயரில் தேவையற்ற செயல்களைச் செய்வதும் ஆகாது. இயற்கையின் போக்கில் விளைவதை அறுவடை செய்து கொள்வதே சிறந்தது. 'எதையும் செய்யாதே!' என்றார் ஃபுகோகா. 'தேவையில்லாமல் எதையும் செய்யாதே!' என்கிறார் கவாகுச்சி. விதைப்பது ஃபுகோகாவின் செயல்முறை. நாற்றை வளர்த்துப் பராமரித்து நடுவது கவாகுச்சியின் செயல்முறை. 'குழந்தைகளை வளர்ப்பதுபோலத்தான் நாற்றை வளர்ப்பதும். குழந்தைப் பருவத்தில் மட்டும் கவனித்து நட்டுவிட்டால் போதும். மீதியை இயற்கையே பார்த்துக் கொள்ளும்.'

கவாகுச்சி தன் நெல் வயல்களில் நாற்றுகளுக்கிடையில் அதிகமாகவே இடைவெளி விடுகிறார். அங்கே களைகள் வளர்ந்தாலும் பிடுங்குவதில்லை. 'நிலத்தில் வாழும் உயிரினங்கள் தேவையானதைச் சாப்பிட்டுக் கொள்ளும். அதுதான் இயற்கை. களைகள் களையப்பட வேண்டியவை அல்ல. அவை மண்ணை மேலும்

வளப்படுத்துகின்றன. நெல் கூடுதல் போஷாக்குடன் வளர அவையே உதவுகின்றன. வாடிய களைகளும், மடிந்த உயிரினங்களும் அதே மண்ணில் மீண்டும் உரமாகின்றன. புதிய உயிரினங்களைத் தோற்றுவிக்கின்றன. அதுதானே இயற்கைச் சுழற்சி! அப்படிப்பட்ட நிலத்தில் களை பிடுங்குவது என்பது அந்தச் சுழற்சியைத் தடுப்பது போலாகிவிடும். அது கூடவே கூடாது. இப்போது என் நிலத்தில் முப்பது ஆண்டுகளுக்கும் மேலான இயற்கைச் சத்துக்கள் சேகரமாகியுள்ளன. என் நிலம் மேன்மேலும் வளமடைந்து கொண்டே இருக்கிறது.'

கவாகுச்சி, நெல் அறுவடைக்குப் பிறகும் வைக்கோலை, பிற களைச் செடிகளை நிலத்திலிருந்து நீக்குவதில்லை. அவை அங்கேயே மக்கி அடுத்த பருவத்தின் விவசாயத்துக்கான இயற்கை உரமாக மாறுகின்றன. இந்த இயற்கை விவசாயத்தில் ஒவ்வொரு முறையும் விளையும் அரிசியின் அளவு உயர்ந்துகொண்டே செல்கிறது என்று அழுத்தமாக நிரூபித்திருக்கிறார் கவாகுச்சி.

1991-ம் ஆண்டில் கவாகுச்சி, தான் கற்றுக் கொண்டதை மற்றவர்களும் அறிந்துகொள்ளும் விதத்தில் இயற்கை விவசாயப் பள்ளி ஒன்றைத் தொடங்கினார். Akame Natural Farming School. சுற்று வட்டாரத்திலிருந்து

விவசாயிகள் வந்து கவாகுச்சியிடம் கற்றுக் கொள்ளத் தொடங்கினர். பிறகு ஜப்பானின் பல பகுதிகளிலும் இருந்து விவசாயிகளும் இளைஞர்களும் வரத்தொடங்கினர். இப்போது ஜப்பானின் 10 இடங்களில் கவாகுச்சியின் இயற்கை விவசாயப் பள்ளிகள் இயங்கி வருகின்றன. தவிர, ஐந்து இடங்களில் பாரம்பரிய சீன மருத்துவத்தைக் கற்றுக் கொடுக்கும் பள்ளிகளையும் நடத்தி வருகிறார்.

இயற்கை விவசாயத்தைப் பொருத்தவரை, இதெல்லாம் கூடாது, இதையெல்லாம் செய்ய வேண்டும் என்று சில அடிப்படை விஷயங்களில் விழிப்புணர்வை உண்டாக்கலாம். மற்றபடி படிப்படியாகக் கற்றுக் கொடுப்பதெல்லாம் இயலாது. கவாகுச்சி செய்வதும் அதுவே. மற்றவர்களுக்கு, தான் ஓர் இயற்கை விவசாயியாக வளர்ந்த கதையை, அனுபவப் பாடங்களைக் கூறுகிறார். அடிப்படை விஷயங்களை மட்டும் சொல்லிக் கொடுக்கிறார். இயற்கையே விவசாயத்தைக் கற்றுக் கொடுக்கும் என்று தெளிவாகப் புரிய வைக்கிறார்.

கவாகுச்சியின் இயற்கை விவசாயத்தை மையமாகக் கொண்டு உருவாக்கப்பட்ட ஆவணப்படமான *Final Straw: Food, Earth, Happiness* - உலக அளவில் புகழ்பெற்றது. பல்வேறு சர்வதேசத் திரைப்பட விழாக்களில் திரையிடப்பட்டிருக்கிறது. 81 வயதான கவாகுச்சி மீண்டும் மீண்டும் உலகத்துக்குச் சொல்லும் செய்தி ஒன்றே ஒன்றுதான்.

'**நம் உடலும் நிலமும் வேறு வேறு அல்ல. இரண்டுமே ஒன்றுதான்!**'

03

துளசி கவுடா
மரங்களின் அன்னை

> இந்த பூமியானது மனிதனின் தேவைக்குரிய அனைத்தையும் கொடுக்கிறது. மனிதனின் பேராசைக்குரியதை அல்ல.
> — மகாத்மா காந்தி

துளசி கவுடா, எப்போதும் செருப்பு அணிந்ததே இல்லை. பூமியில் வெறுங்கால்களுடன் நடக்கவே அவருக்குப் பிடிக்கும். செருப்பு என்பது இந்த மண்ணையும் தன்னையும் பிரித்துவிடுகிறது என்பது அவரது எண்ணம். அவருக்குள் எப்போதும் மண்வாசம் நிரம்பியிருக்கிறது. மரக்கன்று ஒன்று துளிர்த்து வளரும்போது அவரே புதிதாகப் பிறந்ததுபோல உணர்கிறார். வாடிய பயிரைக் காணும்போதெல்லாம் வாடுகிறார். வெட்டப்பட்ட மரங்களைக் காணும்போதெல்லாம் துடித்து அழுகிறார். தான் நட்ட மரக்கன்றொன்று வேர்விட்டு, கிளை பரப்பி, நெடுநெடுவென்று வளர்ந்து, கிளைபரப்பி, பூத்து, காய்த்து, பழங்களைத் தந்து, பறவைகளும், ஏனைய உயிரினங்களும்

அறுபது ஆண்டுகளுக்கும் மேலாக அனுபவங்களின் வாயிலாகச் சேகரித்த அறிவை அடுத்தடுத்த தலைமுறையினருக்கும் கடத்த வேண்டும் என்பதில் துளசி உறுதியாக இருக்கிறார்.

வாழும் உயிர்க்கூடாக முழுமையடைந்திருப்பதைக் காணும போதெல்லாம் துளசியின் முகத்தில் தாய்மையின் பூரிப்பு.

யார் இந்த துளசி கவுடா?

பூமி – நமக்கெல்லாம் தாய். இந்தப் பூமியில் வாழும் பல்லாயிரக்கணக்கான மரங்களின் தாய், துளசி.

கர்நாடக மாநிலம், அங்கோலா வட்டம், ஹொன்னாலி என்ற பழங்குடி கிராமத்தில் பிறந்த துளசி, தனது இரண்டாவது வயதிலேயே தந்தையை இழந்துவிட்டார். அதனால் பள்ளிக்கெல்லாம் செல்லும் வாய்ப்பு அமையவில்லை. எழுதப் படிக்கக்கூட யாரும் கற்றுத்தரவில்லை. ஆனால், தனது பழங்குடி மக்கள் கற்றுக்கொடுத்த காடும், காடு சார்ந்த விஷயங்கள் ஒவ்வொன்றையுமே ஆர்வத்துடன் கற்றுக் கொண்டார் துளசி. எவையெல்லாம் உணவுக்கானவை, எவையெல்லாம் மூலிகைகள், எந்தத் தாவரத்தைத் தீண்டவே கூடாது, என்னென்ன மரங்கள் எப்படி எப்படி வளரும் என்று ஒவ்வொரு விஷயத்தையும் அனுபவபூர்வமாகத் தெரிந்து கொண்டார். தங்களின் தேவைக்கான உணவைத் தாங்களே பயிரிட்டுக் கொள்ளும் விவசாயியாகவும் துளசி தன்னை மேம்படுத்திக் கொண்டார்.

இளவயதிலேயே திருமணம். அதுவும் பருவமடைந்து விட்டால் உடனே யாருக்காவது கல்யாணம் கட்டி வைத்துவிட வேண்டுமென்பது பழங்குடிச் சிந்தனையல்லவா. துளசியும் சிறுமியாக இருக்கும்போதே கோவிந்த கவுடா என்பவரது மனைவியானார். சில வருடங்களே திருமண வாழ்க்கை. குழந்தைகள் பிறந்தன. துளசியின் பதினேழாவது வயதில் கோவிந்த கவுடா

இறந்துபோனார். வாழ்க்கையே இருண்டு போனதாகத் தோன்றிய கணத்தில், இயற்கையே துளசியின் கண்ணீரைத் துடைத்தது. மரங்களே அவரை அரவணைத்து ஆறுதல் கொடுத்தன.

காட்டுக்குச் சென்று சுள்ளியும் விறகும் சேகரித்து விற்றால் கொஞ்சம் பணம் கிடைக்கும். எப்போதாவது கிடைக்கும் கூலி வேலை. வருமானத்துக்கு வேறு வழியற்ற நிலை. சில வருடங்கள் அப்படித்தான் கழிந்தன. அப்போது வனத்துறை அலுவலகத்திலிருந்து ஹொன்னாலி கிராமத்துக்கு வந்தார்கள். 'காட்டுக்குள்ள வேலை இருக்கு. கூலி தருவோம். யாரெல்லாம் வர்றீங்க?' என்று கேட்டார்கள். துளசியும் தனது மக்களுடன் இணைந்து கொண்டார்.

புதிய மரக்கன்றுகளை நடுவது, தேவையில்லாத புதர்களை அகற்றுவது, மூலிகைச் செடிகளை வளர்ப்பது, தாவரங்களுக்கு நீர் ஊற்றுவது என்று பலப்பல வேலைகள். ஒரு நாளைக்கான கூலி என்பது வெறும் ஒன்றே கால் ரூபாய் தான். ஆனால், இடுப்பொடிந்து போகுமளவுக்கு நாள் முழுக்கக் கடும் வேலைகள். இவ்வளவு குறைவான கூலிக்கெல்லாம் வேலை பார்க்க முடியாது என்று சிலர் விலகிப்போனார்கள். துளசியையும் வேலைக்குப் போக வேண்டாம் என்று தடுத்தார்கள்.

துளசிக்கு அந்த வேலை பிடித்திருந்தது. எந்நேரமும் காட்டுக்குள் கிடப்பது அவருக்கு விருப்பமானதாக இருந்தது. தவிர, அந்த ஒன்றே கால் ரூபாய், அவரது குழந்தைகளின் பசிபோக்கத் தேவையாக இருந்தது. ஆகவே,

துளசி வனத்துறை தினக்கூலி வேலைக்குத் தொடர்ந்து சென்றார். மரங்கள், மூலிகைகள், பூக்கள், தாவரங்களின் வளரியல்புகள், பயன்பாடுகள் குறித்து துளசிக்கு இருந்த அறிவு வனத்துறை அதிகாரிகளை ஆச்சரியப்படுத்தியது. ஆம், எழுதப் படிக்கக்கூடத் தெரியாத துளசி, மெத்தப் படித்த தாவரவியலாளர்களுக்கு நிகரான அறிவைக் கொண்டிருந்தார். அத்தனையும் சிறுகச் சிறுகச் சேகரித்த அனுபவ அறிவு.

அதற்கான பலனும் கிடைத்தது. வனத்துறையிலேயே பணிக்கும் சேரும் வாய்ப்பைப் பெற்றார் துளசி. ஓரளவு கௌரவமான சம்பளம். மரம்தான் மரம்தான் எல்லாம் மரம்தான் என்று மனநிறைவுடன் பணியைத் தொடர்ந்தார். காடெல்லாம் அலைந்து திரிந்து விதைகளைச் சேகரிப்பது, மரக்கன்றுகளை உருவாக்குவது, அவற்றை நடுவது, தண்ணீர் ஊற்றிப் பராமரிப்பது, பழத்தோட்டங்களைப் பராமரிப்பது, எங்கே, என்னென்ன மரங்களை வளர்க்கலாம் என்று வனத்துறையினருக்கு ஆலோசனைகள் சொல்வது என்று ஒருநாள்கூட ஓய்வில்லாத பணி. சுமார் பதினான்கு வருடங்கள் வனத்துறையில் பணியாற்றிவிட்டு ஓய்வும் பெற்றார் துளசி. பென்ஷன் வர ஆரம்பித்தது.

சரி, அக்கடாவென ஓய்வெடுப்போம் என்று துளசி நினைக்கவில்லை. வனத்துறை பணியாளராக அல்லாமல் தனி ஒரு மனுஷியாக அதே பணிகளைத் தொடர ஆரம்பித்தார். ஹொன்னாலி, மஸ்டிகட்டா, ஹொலிகே, ஹெக்குரு, வஜ்ரஹல்லி, டோங்ரி, காளிஸ்வரா, அடகுர், சிரகுஞ்சி, எலோகடே ஆகிய கிராமங்களில் வனப்பகுதியை உருவாக்குவது, பராமரிப்பது என்று துளசியின் வேலைகள் தொடர்ந்தன.

அதிகாலையிலேயே எழுந்துவிடுவார். வீட்டு வேலைகளை முடித்துவிட்டு, ஒரு குடத்துடன் கிளம்பிவிடுவார். வீட்டுக்குத் தேவையான நீர் எடுக்க அல்ல. புதிதாக நட்ட நூற்றுக்கணக்கான மரக்கன்றுகளுக்கு நீர் ஊற்ற. அவை வேர்பிடித்து ஓரளவுக்கு வளரும் வரை துளசி அவற்றைத் தினமும் பராமரிக்கத் தவறுவதே இல்லை.

இப்போது துளசியின் வயது 73. 'துளாசாஜி' என்றுதான் அங்கே உள்ள மக்கள் துளசியை அழைக்கின்றனர். தாவரவியல் மாணவர்களும், பிற இளைஞர்களும், சுற்றுச்சூழல் மீது ஆர்வம் கொண்ட மக்களும் துளசியைத் தேடி வருகின்றனர். அதில் வெளிநாட்டினரும் உண்டு.

ஹப்பள்ளி - அங்கோலா சாலையில் அமைந்திருக்கும் மரங்கள் சூழந்த துளசியின் சிறிய வீடு எப்போதும் திறந்தே கிடக்கிறது. யார் தன்னைத் தேடி வந்தாலும் இரு கரங்களை விரித்து அணைத்து வரவேற்கிறார். தாவரங்கள் குறித்து யார் என்ன சந்தேகம் கேட்டாலும் சொல்லிக் கொடுக்கிறார். ஆம், தான் அறுபது ஆண்டுகளுக்கும் மேலாக அனுபவங்களின் வாயிலாகச் சேகரித்த அறிவை அடுத்தடுத்த தலைமுறையினருக்கும் கடத்த வேண்டும் என்பதில் துளசி உறுதியாக இருக்கிறார். தனது பழங்குடி மக்கள் பலருக்கும் மூலிகைகள் குறித்தும், பிற தாவரங்களின் இயல்புகள் குறித்தும் ஒவ்வொன்றையும் கவனமாகக் கற்றுக் கொடுக்கிறார். அவர் நினைவில் நிறைந்து கிடக்கும் தாவரங்கள் குறித்த தகவல்கள் ஒவ்வொன்றும் மதிப்பு வாய்ந்தவை. ஆகவே, 'காடுகளின் கட்டற்ற கலைக்களஞ்சியம்' என்று துளசியை அன்புடன் அழைக்கிறார்கள்.

தான் வளர்த்த மரமொன்று சமூக விரோதிகளால் வெட்டப் பட்டிருந்தால் துளசியால் துக்கத்தைக் கட்டுப்படுத்தவே முடியாது. அங்கேயே உட்கார்ந்து அழத் தொடங்கிவிடுவார். அவர் வளர்த்த காடுகளில் மூங்கில், தேக்கு உள்ளிட்ட மரங்கள் வெட்டப்பட்டு கடத்தப்படுவதைக் கண்டு, மனம் வெம்பி, அரசியல்வாதிகளிடம் சொல்லி நடவடிக்கை எடுத்தும் இருக்கிறார். உலகின் சுற்றுச்சூழல் அபாயகரமான நிலைக்குச் சென்று கொண்டிருப்பது குறித்த தீராத கவலைகள் துளசிக்கு உண்டு. அதற்குத் தன்னால் இயன்ற பணி இன்னும் பல்லாயிரம் மரங்களை உருவாக்குவது மட்டுமே என்று மௌனமாக இயங்கிக் கொண்டிருக்கிறார் இந்த இயற்கையின் மகள்!

துளசியின் கழுத்தில் எப்போதும் சிறு சிறு கருகமணிகளால் ஆன மாலைகள் நிறைந்திருக்கின்றன. அந்தக் கருகமணிகளின் எண்ணிக்கை சுமார் ஒரு லட்சம் இருக்கலாம். ஆனால், அதைவிட அதிகமான மரக்கன்றுகளை துளசி, தன் வாழ்நாளில் நட்டிருக்கிறார் என்று அந்தப் பகுதி மக்கள் பெருமையுடன் சொல்கிறார்கள். துளசி, அந்தக் கணக்கெல்லாம் பார்த்து நேரத்தை வீணடிப்பதில்லை. புதிய மரக்கன்றுகளை உருவாக்குவதற்காக விதைகளைச் சேகரிக்கக் கிளம்பிவிடுகிறார். இந்தத் தன்னலமற்ற இயற்கைச் சேவைக்காக துளசிக்கு 2020-ம் ஆண்டில் பத்மஸ்ரீ விருது வழங்கப்பட்டுள்ளது.

தன்னைத் தேடி வருபவர்களுக்கும் இந்த உலகத்தினருக்கும் துளசி என்ற இந்த மரங்களின் அன்னை வைக்கும் வேண்டுகோள் ஒன்றே ஒன்றுதான்.

'காடுகள் மட்டுமே இந்த பூமியைப் பாதுகாக்கும் ஒரே கவசம். தயவுசெய்து மரங்களை வெட்டாதீர்கள்.'

04

ஹுகும்சந்த் பட்டிதார்

மாற்றத்தின் நாயகன்

> இந்த பூமியில் உலவும் மிகப்பெரிய மூடநம்பிக்கை அல்லது அச்சுறுத்தல் எதுவென்றால், அழிக்கப்படும் இயற்கையை யாராவது ஒருவர் நிச்சயம் காப்பாற்றுவார் என்று ஒவ்வொருவரும் எண்ணுவதே.
>
> – ராபர்ட் ஸ்வான்

அன்றைக்கு மயில் ஒன்று இறந்து கிடந்தது. வேறெதற்கோ வைத்த மருந்தைத் தின்று மயில் இறந்திருக்கலாம் என்றார்கள். ஆனால், அங்கே யாரும் மருந்து வைத்தது போலவும் தெரியவில்லை. அங்கே உலவும் வேறு சில மயில்களையும் கவனித்தார் ஹுகும்சந்த். அவையும் நோய்வாய்ப்பட்டிருந்தன. அடுத்ததாக வேறு சில பறவைகளும் இறந்துபோனபோது ஹுகும்சந்த் கவலையில் வீழ்ந்தார். சில நாள்கள் கழித்து நாய் ஒன்று நோயில் விழுந்தது. அவரது காலையை சுற்றிச் சுற்றி வரும் பாசக்கார நாய் அது. சில காலம் கழித்து அவரது பண்ணை மாடுகள் ஒவ்வொன்றாக நோயில் வீழத் தொடங்கின. பசு ஒன்றின்

மாண்புமிகு இயற்கை விவசாயி

இறப்பு என்பது ஒரு விவசாயியை மீளாத்துயரில் ஆழ்த்தும் சம்பவம். நொடிந்துபோய் உட்கார்ந்திருந்த நேரத்தில்தான் ஹுகும்சந்துக்குப் புத்தி தெளிந்தது. விஷயம் புரிந்தது. சோயா பீன்ஸ் விளைச்சலுக்காக பயன்படுத்திய ரசாயன உரம் இத்தனை உயிர்களை வீழ்த்தியிருக்கிறது என்று.

'விவசாயத்தில் அதிக விளைச்சல் காண வேண்டும் என்ற நோக்கத்துடன் ரசாயன உரங்களாலும், பூச்சிக்கொல்லி களாலும் இந்த மண்ணை விஷமாக்கி வைத்திருக்கிறோம். விஷமேறிய மண்ணில் விளைந்ததை உண்ட உயிரினங்கள் மடிகின்றன அல்லது நோயில் வீழ்கின்றன. எங்கள் மண்ணையும், பிற உயிரினங்களையும் கொன்றது மனிதர்களாகிய நாங்களே!' - ஹுகும்சந்தின் மனம் உறுத்தியது.

ராஜஸ்தானின் ஜலவார் அருகில் அமைந்துள்ள மன்புரா கிராமம்தான் ஹுகும்சந்த் பட்டிதாருக்குச் சொந்த ஊர். விவசாயக் குடும்பம். விவசாயக் குடும்பத்தில் பிறந்த ஒருவன் தன் வாழ்நாள் முழுக்க விவசாயியாகத்தான் இருக்க வேண்டும் என்பது அப்போது எழுதப்படாத விதி. ஹுகும்சந்த் பத்தாவது வரை படித்தார். பின்பு முழுநேர விவசாயி ஆகிப்போனார்.

துண்டு நிலம் வைத்திருக்கும் விவசாயியோ அல்லது பல ஏக்கர் நிலம் வைத்திருக்கும் விவசாயியோ, எல்லோருக்கும் கஷ்டம் ஒன்றுதான். பயிர் நன்கு விளைந்தால் லாபம்.

இல்லாவிட்டால் கூடுதல் கடன் சுமை. நல்ல விளைச்சல் வேண்டுமென்றால் ஒரே வழி செயற்கை ரசாயன உரங்கள் மட்டுமே என்று அவர்கள் நம்பினார்கள். பயிர்கள் குறுகிய காலத்தில் விளைந்தால் தப்பிக்கலாம் என்ற எண்ணமே எல்லோருக்குள்ளும் ஊறிப்போயிருந்தது. ஹுகும்சந்தும் அதே மனநிலையில்தான் விவசாயம் செய்து கொண்டிருந்தார். 2004 வரை.

அப்போதுதான் மயில்களும் மாடுகளும் இறந்துபோயின. அவரது மனத்தில் மாபெரும் மாற்றம் உண்டானது. 'நான் இனி இயற்கை விவசாயம் செய்யப்போகிறேன்' என்று நல்ல முடிவெடுத்தார். அப்போது வரை இயற்கை விவசாயம் குறித்த பொதுவான மூட நம்பிக்கைகள் ஹுகும்சந்தையும் ஆட்கொண்டிருந்தன. இயற்கை விவசாயம் செய்வது கடினம். அதிகம் செலவு வைக்கக்கூடியது. விளைச்சல் குறைவாகத்தான் இருக்கும். நஷ்டம் பெருமளவில் உண்டாகும். 2004-ம் ஆண்டில் அவருக்குள் உண்டான மனமாற்றத்தினால், எப்பாடுபட்டாவது இயற்கை விவசாயமும் செய்து பார்த்துவிடுவோமே என்ற முடிவுக்கு வந்தார். ஹுகும்சந்த், தனது எண்ணத்தை குடும்பத்தினரிடம் சொன்னபோது அவர்கள் கடுமையாக எதிர்த்தனர். பைத்தியக்காரத்தனம் என்று எச்சரித்தனர். ஆனால், அவர் விடவில்லை. 'எனக்கு கொஞ்சம் நிலம் மட்டும் கொடுங்கள். அங்கே நான் என் இஷ்டப்படி இயற்கை விவசாயத்தைப் பரிசோதனை முறையில் செய்து கொள்கிறேன்' என்றார். 'ஏதாவது செய்து தொலை' என்று சிறு துண்டு நிலத்தை அவருக்கு ஒதுக்கினர்.

இயற்கை விவசாயத்தில் முன் அனுபவம் இல்லாத ஹுகும்சந்துக்கு முதலாம் ஆண்டு விளைச்சல்

> ஹுகும்சந்த் மனம் தளரவில்லை. 'அனுபவத்தின் மூலமாக மட்டுமே இயற்கை விவசாயத்தைக் கற்றுக்கொள்ள முடியும்' என்று உறுதியாக நின்றார். அவர் செயற்கை உரங்களையும், கலப்பின விதைகளையும் கைகளால் தொடவே இல்லை.

பெரும் ஏமாற்றத்தை அளித்தது. ஆம், அவர் நினைத்ததில் 10% மட்டுமே விளைச்சல் இருந்தது. குடும்பத்தினர் தலையில் அடித்துக் கொண்டனர். ஹுகும்சந்த் மனம் தளரவில்லை. 'அனுபவத்தின் மூலமாக மட்டுமே இயற்கை விவசாயத்தைக் கற்றுக்கொள்ள முடியும்' என்று உறுதியாக நின்றார். அவர் செயற்கை உரங்களையும், கலப்பின விதைகளையும் கைகளால் தொடவே இல்லை. அந்தச் சமயத்தில் உதய்பூரின் மஹாராணா பிரதாப் விவசாயப் பல்கலைக்கழகத்தைச் சேர்ந்த பேராசிரியர் சாந்திலால் மேத்தா, ஹுகும்சந்துக்கு இயற்கை விவசாயம் குறித்த நுட்பங்களைச் சொல்லிக் கொடுத்தார். தொடர்ந்து ஆலோசனைகளை வழங்கினார்.

ஹுகும்சந்த் தெம்புடன் தன் நிலத்துக்கான இயற்கை உரங்களைத் தயாரிக்கும் பணியில் இறங்கினார். இயற்கை உரத்தயாரிப்புக்காக இன்னும் கொஞ்சம் நிலத்தை குடும்பத்தினரிடம் கேட்டு வாங்கிக் கொண்டார். 'ஜீவாம்ருதம்' தயாரிப்பதற்குக் கற்றுக் கொண்டார். பசுஞ்சாணம், பசுவின் சிறுநீர் ஆகிய அடிப்படைப் பொருள்களுடன் பால், நெய், தயிர், மஞ்சள் பொடி உள்ளிட்ட சில பொருள்களைச் சேர்த்தார். ஆலமரத்தின் அடியில் இருந்து எடுத்த மண்ணையும் அதில் கலந்தார். 40 வகையான காய்ந்த இலைகளைச் சேகரித்து தனியே வைத்தார். பின் அவற்றை ஜீவாம்ருதக் கலவையுடன் சேகரித்து நொதிக்கச் செய்தார்.

இன்னொரு பக்கம் மண்புழு உரம் தயாரிப்பதில் மும்மரம் காட்டினார். விதைகளை விதைத்து பிறகு இயற்கை உரம் தூவுவதற்குப் பதிலாக, இயற்கை உரம் தயாரிக்கப் பயன்படுத்திய நிலத்தில் விதைகளை விதைத்தார். அதில் மண்புழு உரத்தையும் தூவினார். பயிர் வேர்பிடித்து வளரத் தொடங்கிய பருவத்தில் ஜீவாம்ருதக் கரைசலைத் தெளித்தார். ஏற்கெனவே அறுவடை செய்த நிலத்தில் கிடக்கும் வைக்கோலை எரித்து சாம்பலை உரமாகத் தூவலாம். எரித்தால் காற்று மாசுபடும் அல்லவா. எனவே வைக்கோலை நிலத்திலேயே மக்கச் செய்து மண்ணிற்கு உரமாக்கினார். அது காற்றாலும் மழையாலும் நிலத்தில் உண்டாகும் மண் அரிப்பைத் தடுக்கும் கவசமாகவும் மாறியது. இப்படியாகக் கொஞ்சம் கொஞ்சமாக

தன் அனுபவத்தில் இயற்கை விவசாயத்தைக் கற்றுக் கொண்டார் ஹுகும்சந்த்.

அடுத்தகட்டமாக ஹுகும்சந்த், *Rajasthan State Organic Certification Agency*-ஐ நாடினார். உரிய ஆவணங்கள் மற்றும் மாதிரிகளை அளித்து இயற்கை விவசாயியாகப் பதிவு செய்து கொண்டார். பின்னர் இந்த நிறுவனம் ஹுகும்சந்த், இயற்கை முறையில் விளைவித்த பொருள்களை வெளிநாடுகளுக்கு ஏற்றுமதி செய்யலாம் என்று அனுமதிச் சான்றிதழ் அளித்தது.

அடுத்தடுத்த ஆண்டுகளில் ஹுகும்சந்தின் குடும்பத்தினரிடமும் 'இயற்கையான' மனமாற்றம் உண்டானது. அவர்களும் தங்களது மொத்த நிலமான 40 ஏக்கரிலும் இயற்கை விவசாயத்தை மேற்கொள்ள ஆரம்பித்தனர். பலன் நூறு சதவிகிதமல்ல. நூற்றியிருபது சதவிகிதம். ஹுகும்சந்தின் 'இயற்கை விவசாயப் பண்ணை', அந்த பிரதேசத்துக்கே முன்மாதிரிப் பண்ணையாக மாறியது. பலரும் அவரிடம் வந்து இயற்கை விவசாயம் கற்றுக் கொண்டு செல்ல ஆரம்பித்தனர்.

ஹுகும்சந்துக்கு இரண்டு மகன்கள். இரண்டு பேருமே கணிணி அறிவியல் பட்டதாரிகள். விவசாயத்துடன் புரோகிராமிங்கும் தெரிந்த புத்திரர்கள். அவர்கள் தங்கள் பண்ணையில் விளைந்த இயற்கையான பொருள்களுக்கு, சர்வதேச அளவில் சந்தையை உருவாக்க, இணையத்தில் விதை போட்டார்கள். மின்னஞ்சல்களின் வழியே பலன் அறுவடையானது. முதலில் பிற மாநிலங்களுக்கு தங்கள் பொருள்களை ஏற்றுமதி செய்யத் தொடங்கிய ஹுகும்சந்த் குடும்பத்தினர், அடுத்ததாக அமெரிக்கா, ஜப்பான், ஆஸ்திரேலியா, ஜெர்மனி என்று வெளிநாடுகளுக்கும் ஏற்றுமதி செய்யத் தொடங்கினர். பல நாடுகளிலிருந்தும் ஹுகும்சந்த் இயற்கைப் பண்ணையைப் பார்வையிட மக்கள் வர ஆரம்பித்தனர்.

இப்போது ஹுகும்சந்தின் குடும்பப் பண்ணை நிலத்தில் தானியங்கள், பழங்கள், பூண்டு, வெந்தயம், கொத்தமல்லி போன்ற பல பொருள்கள் முற்றிலும் இயற்கையான முறையில் விளைவிக்கப்படுகின்றன. அந்தக்

கிராமத்தைச் சேர்ந்த சுமார் 120 விவசாயிகள் ஹு⁻கும்சந்த் வழிகாட்டுதலில் முழுமையான இயற்கை விவசாயம் செய்துவருகின்றனர். ஆண்டுதோறும் சுமார் 2000 கிலோ பூண்டு அங்கிருந்து சுவிட்சர்லாந்துக்கு ஏற்றுமதி செய்யப்படுகிறது. 50 டன் வெந்தயம் ஜெர்மனிக்கும், 100 டன் கொத்தமல்லித்தூள் ஜப்பானுக்கும் ஏற்றுமதி செய்யப்படுகிறது. சுமார் 28 நாடுகளுக்கு மன்புரா கிராமத்திலிருந்து பொருள்கள் ஏற்றுமதியாகின்றன. இயற்கை முறையில் விளைந்த தானியங்களும் பழங்களும் காய்கறிகளும் ராஜஸ்தானின் பல்வேறு பகுதிகளுக்கும், வேறு மாநிலங்களுக்கும் கொண்டு செல்லப்படுகிறது.

ஹு⁻கும்சந்த் என்ற ஒரு விவசாயிக்குள் ஏற்பட்ட மனமாற்றம், இன்று அந்தக் கிராமத்தையே இயற்கை விவசாயத்துக்குப் பெயர் பெற்றதாக மாற்றியிருக்கிறது. இப்போது அங்கே விவசாயிகள் தற்கொலை செய்து கொள்வதில்லை. லாபகரமாகச் சிரிக்கிறார்கள்.

ஹு⁻கும்சந்தின் விவசாய அனுபவங்கள், அமீர் கானால் தொகுத்து வழங்கப்பட்ட 'சத்ய மேவ ஜெயதே' நிகழ்ச்சியில் இடம்பெற்றிருக்கின்றன. பல்வேறு விருதுகளை வென்ற ஹு⁻கும்சந்துக்கு, மத்திய அரசு பத்மஸ்ரீ வழங்கி கௌரவத்திருக்கிறது.

'இயற்கை விவசாயம் குறித்து பொதுவாக நிலவும் மூட நம்பிக்கைகள் ஒவ்வொன்றையும் நான் தகர்த்தெறிந்தேன். அதனால் இன்றைக்கு என் கிராமத்தின் பெரும்பாலானோர் இயற்கை விவசாயிகளாக மாறி இருக்கின்றனர். வருங்காலத்திலும் இயற்கையின் வளம் அழியாமல் பாதுகாக்க வேண்டிய பொறுப்பு ஒவ்வொரு விவசாயிக்கும் இருக்கிறது. என் விவசாயத் தோழமைகள் அனைவரிடம் நான் வைக்கும் வேண்டுகோள், தயவுசெய்து ரசாயன உரங்களையும், பூச்சிக்கொல்லிகளையும் தூக்கி எறியுங்கள். இயற்கை விவசாயத்துக்கு மாறுங்கள்.'

05

ஷி யான்

சீனாவின் அற்புத மனுஷி

> இயற்கை முறையில் விளைந்த உணவுகளை வாங்குவது கூடுதல் செலவு என்று கணக்குப் பார்க்காதீர்கள். அது நம் உடல் ஆரோக்கியத்துக்காக நாம் செய்யும் முதலீடு. உலகின் ஆரோக்கியத்துக்காக நாம் செய்யும் நன்கொடை.

இந்தியாவைப் போலவே சீனாவின் மரபு சார்ந்த விவசாயம் என்பது மிக மிகப்பழைமையானது. வளமையானது. ஆரோக்கியமானது. சென்ற நூற்றாண்டில் நாம் எப்படி மரபு விவசாய முறைகளைத் தொலைத்து நவீன விவசாய முறைகளுக்கு அடிமையானோமோ, அதேபோலத்தான் சீன விவசாயிகளும் விவசாயப் புரட்சிகளுக்கும், பூச்சிக் கொல்லிகளுக்கும், செயற்கை உரங்களுக்கும் அடிமையாகி மகசூலைப் பெருக்கலாம் என்று நினைத்து காலப்போக்கில் நிலங்களை மலடாக்கினார்கள். போகப்போக விவசாயம் பொய்த்தது. கிராமத்துவாசிகள் பலரும் பிழைப்பு தேடி நகரத்தை நோக்கி நகர்ந்தனர். கிராமங்களில் தலை

நரைத்த சில விவசாயிகள் மட்டும் எஞ்சி நின்றார்கள். அவர்களுக்கு விவசாயத்தைத் தவிர வேறு தொழில் தெரியாது என்பதால் செய்த தவறையே தொடர்ந்து செய்து கொண்டிருந்தார்கள். மரபுக்குத் திரும்பினால் மண் மீண்டும் உயிர் பெறும் என்று பெரும்பாலானோருக்குப் புரியவில்லை.

1982-ம் ஆண்டில் சீனாவின் தலைநகரமான பெய்ஜிங்குக்கு அருகில் விவசாயக் கிராமம் ஒன்றில் பிறந்த பெண் ஷி யான். சிறுவயது முதலே விவசாயமும் அது சார்ந்த வாழ்க்கையுமாக அவரது அனுபவங்கள் வளர்ந்தன. பெய்ஜிங்கின் ரென்மின் பல்கலைக்கழகத்தில் விவசாயம் சார்ந்த படிப்பில் இணைந்து பட்டம் பெற்றார். அடுத்து என்ன என்ற கேள்வி எழுந்தபோது, பெய்ஜிங்கின் சுற்றுப்புறக் கிராமங்களில் வாழ்ந்த விவசாயிகளின் நிலை ஷி யானைக் கவலைக்குள்ளாக்கியது.

1970-களில் சீன விவசாயிகளிடம் நவீன பூச்சிக்கொல்லிகள் அறிமுகப்படுத்தப்பட்டன. அவை எங்கும் கிடைத்தன. எளிதாகக் கிடைத்தன. குறைந்த விலையில் கிடைத்தன. அவற்றை வாங்க அரசின் மானியமும் கிடைத்தது. பெருகி வரும் சீன மக்கள் தொகைக்கு ஏற்ப உற்பத்தியைப் பெருக்க வேண்டுமென்றால் செயற்கை உரங்களும், பூச்சிக் கொல்லிகளும் மட்டுமே கைகொடுக்கும் என்று சீன விவசாயிகள் நம்ப வைக்கப்பட்டனர். அதற்கு முந்தைய காலகட்டங்களில் ஏற்பட்ட பஞ்சமும் பட்டினியும் இழப்புகளும் தந்த பயத்தால், சீன விவசாயிகள் மரபைத் துறந்து நவீனத்தில் விழுந்தனர்.

‘பூச்சிக்கொல்லிகள், செயற்கை உரங்கள் பயன்படுத்துவது என்பது புகைபிடிக்கும் பழக்கம் மாதிரி. நாம் நினைத்தால் அதிலிருந்து மீள முடியும்’ என்று எடுத்துச் சொன்னார்.

2008 சமயத்தில் சீனாவிலிருந்து ஏற்றுமதியாகும் உணவுகள், குறிப்பாக பழங்கள், காய்கறிகள், தானியங்களின் தரம் குறித்து சர்வதேச அளவில் புகார்கள் கிளம்பின. குறிப்பாக அமெரிக்க ஆய்வாளர்கள் நீளமாகவே புகார் வாசித்தார்கள். சீன இறக்குமதி உணவுப்பொருள்களில் 32 விதமான பூச்சிக்கொல்லிகள் தென்படுகின்றன. அவை பலவகையான நோய்களுக்குக் காரணமாக அமைகின்றன. சாதாரண தலைவலி முதல் புற்றுநோய் வரைக்கும் பாதிப்பை உண்டாக்குபவையாக இந்த உணவுப் பொருள்கள் இருக்கின்றன. 2009-ம் ஆண்டில் வெளியான அமெரிக்க ஆய்வறிக்கை ஒன்று, இப்படிப்பட்ட பூச்சிக்கொல்லிகள், குழந்தைகள் ஊனமாகவோ அல்லது வேறு நோய்களுடனோ, குறைகளுடனோ பிறப்பதற்குக் காரணமாக அமைகின்றன என்று உரக்கச் சொல்லியது.

இந்தக் காலகட்டத்தில்தான் ஷி யானும் சீனாவில் மரபு வழி விவசாயத்தை மீட்டெடுப்பது எப்படி என்று சிந்தித்துக் கொண்டிருந்தார். மேற்கத்திய நாடுகளில் செயல்பாட்டில் இருந்த 'சமூக ஆதரவு விவசாயம்' (Community Supported Agriculture – CSA) என்ற முறை குறித்து ஷி யான் கேள்விப்பட்டார். அதைப் பற்றி மேலும் அனுபவபூர்வமாகத் தெரிந்து கொள்ள அமெரிக்காவுக்குக் கிளம்பினார்.

'ஒரு நிமிடம்... நீங்கள் உண்டு கொண்டிருக்கும் இந்தக் கத்தரிக்காயை விளைவித்த விவசாயி யார் தெரியுமா? உங்கள் கையில் இருக்கும் அந்த தர்பூசணியை விதைத்த உழவர் யார் தெரியுமா?' இப்படி யாரிடமாவது கேட்டால் அந்த பெரும்பாலான நுகர்வோருக்குப் பதில் தெரிய வாய்ப்பே இல்லை. 'நீங்கள் விளைவிக்கும் இந்தக் காயையும் கனியையும் உண்ணப்போகும் நுகர்வோர் யார் என்று உங்களுக்குத் தெரியுமா?' என்று விவசாயியிடம் கேள்வி எழுப்பினால் அவருக்கும் பதில் நிச்சயம் தெரியாது.

சமூக ஆதரவு விவசாய முறையின் நோக்கம் மேற்படி கேள்விகளுக்கான பதிலைத் தெளிவிப்பதே. விளைபொருளைத் தரும் விவசாயிக்கும், அதை வாங்கும்

நுகர்வோருக்கும் இடையே நேரடியாகப் பாலம் அமைப்பது. நுகர்வோர்கள் இங்கே முதலீட்டாளர்கள். அதாவது விளையும் பொருளில் பங்கு பெறுவதற்காக முதலீடு செய்கிறார்கள். இப்படிச் சில நுகர்வோர்கள் விவசாயியுடன் சேர்ந்து கூட்டாக இயங்குகிறார்கள். அந்த நிலத்தின் உற்பத்தியை விவசாயியின் குடும்பமும், நுகர்வோர் குடும்பங்களும் பகிர்ந்து கொள்கிறார்கள். இதில் இயற்கை வேளாண்மையே பிரதானம்.

விவசாயி கடனுக்கு ஏங்கி நிற்க வேண்டிய அவலம் இல்லை. முதலீடு உறுதி. விளைவிக்கும் பொருள்களுக்கான சந்தையும் உறுதி. அரசின் தலையீடோ, தரகர்களின் தலையீடா கிடையவே கிடையாது. நஷ்டத்தில் நுகர்வோரும் பங்கெடுத்துக் கொள்வதால் விவசாயிகள்

மனமுடைந்து தற்கொலை செய்துகொள்ளும் நிலை இல்லை. தாங்கள் உண்ணும் காய்கறிகளும் பழங்களும் இந்த பெயர் கொண்ட விவசாயியால், இங்கே அமைந்த நிலத்தில் இயற்கையாகவே விளைவிக்கப்படுகிறது என்று நுகர்வோருக்கும் முழு நம்பிக்கை கிடைக்கிறது.

தேவைக்கு ஏற்ப மட்டுமே உற்பத்தி நடைபெறுவதால் அதிக மகசூல், லாப வெறி போன்றவற்றுக்கெல்லாம் இடமே கிடையாது. சூழலும் மண்ணும் கெடாது. மனிதனின் ஆரோக்கியமும் மேம்படுகிறது. எல்லாவற்றுக்கும் மேலாக சமூக உறவும் பலப்படுகிறது என்பதே இந்த CSA முறையின் அசாத்தியமான வெற்றி.

சென்ற நூற்றாண்டின் இறுதியிலேயே அமெரிக்காவில் சமூக ஆதரவு விவசாய முறை ஓரளவுக்கு வெற்றிகரமாக பரவியிருந்தது. 2008-ம் ஆண்டில் ஷி யான், அமெரிக்காவின் மினசோட்டா மாகாணத்தில் இருந்த எர்த்ரைஸ் என்ற CSA பண்ணைக்குச் சென்றார். அங்கே சமூக ஆதரவு விவசாய முறையை ஆர்வத்துடன், அர்ப்பணிப்புடன் கற்றார். அந்தப் பண்ணையில் இருந்து ஒவ்வொரு வாரமும் நுகர்வோருக்கு காய்கறிகள், பழங்கள், இறைச்சி, முட்டை அடங்கிய பெட்டி அனுப்பப்பட்டது. எல்லாமே இயற்கையானவை.

ஷி யான், ஆறு மாதப்பயிற்சிக்குப் பிறகு சீனாவுக்குத் திரும்பினார். அதுவரை சீனாவில் சமூக ஆதரவு விவசாய முறை என்பது கிடையாது. ஷி யான் அப்படி ஒரு பண்ணையை அமைக்கத் திட்டமிட்டார். அதன் முதல் கட்டமாக I Worked as a Farmer in USA என்று தான் கற்றுக் கொண்ட CSA விஷயங்களை ஒரு புத்தகமாக எழுதி வெளியிட்டார். அதற்கு ஓரளவு கவனம் கிடைத்தது. 2011-ம் ஆண்டில் சீனாவின் முதல் சமூக ஆதரவுப் பண்ணை ஷி யானால் தொடங்கப்பட்டது. அதற்கு அவர் வைத்த பெயர் Little Donkey. ஷி யான் இந்த விவசாய முறை குறித்து விளக்கியதில் ஆர்வம் கொண்ட பல சீனர்கள் நுகர்வோர்களாக இணைந்தனர். முதலீடு செய்தனர். மொத்தம் 400 குடும்பங்கள். அதில் 260 பேர் அந்த பண்ணை நிலத்தில் துண்டு நிலங்களை வாடகைக்கு எடுத்து சொந்தத் தோட்டங்களை அமைக்கவும் ஏற்பாடு

செய்யப்பட்டது. போதிய அனுபவமின்மை. ஆரம்பகால தடுமாற்றம். வேறு சில பிரச்னைகள். எல்லாம் சேர்ந்து குட்டிக் கழுதை பண்ணையைக் கைவிடும் நிலைமைக்குத் தள்ளப்பட்டார் ஷி யான்.

அதற்காகச் சோர்ந்துவிடவில்லை. அடுத்த அடியை போதிய திட்டமிடலுடன் நிதானமாக எடுத்து வைத்தார். 2012-ம் ஆண்டில் ஷி யான் Shared Harvest என்ற CSA பண்ணையைத் தொடங்கினார். இதுவே சீனாவின் முழு இயற்கை விவசாயத்தை மேற்கொள்ளும் முதல் சமூக ஆதரவு விவசாயப் பண்ணை. கொஞ்சம் கொஞ்சமாக நுகர்வோரைச் சேர்த்துக் கொண்டார். இந்தத் திட்டத்தில் பங்குபெற நினைக்கும் நுகர்வோர், பண்ணைக்கு நேரடியாக வந்து பயிற்சி வகுப்புகளில் கலந்து கொண்டே ஆக வேண்டுமென்பது தவிர்க்க முடியாத விதி. அந்த நபர் ஏதோ ஒரு பெரிய நிறுவனத்தின் தலைமை அதிகாரியாக இருந்தாலும் சரி. நேரடிப் பயிற்சிக்கு வந்து பண்ணையும் திட்டமும் இயங்கும் முறையைக் கற்றுக் கொள்ளாவிட்டால் உறுப்பினராக முடியாது. தன் வகுப்பில் நுகர்வோருக்கும் பிற விவசாயிகளுக்கும் ஷி யான் அழுத்தமாகச் சொன்ன செய்தி இதுதான். 'இந்த சமூக ஆதரவு விவசாயம் என்பது லாபகரமான வேளாண்முறை அல்ல. ஒரு வாழ்க்கை முறை!'

இது நல்ல பலனைக் கொடுத்தது. பெய்ஜிங் நகரத்தைச் சார்ந்த பலரும் ஷி யானின் பண்ணைக்குத் தேடி வந்து தம்மை நுகர்வோராக இணைத்துக் கொண்டனர். இயற்கை விவசாயத்தில் விளைந்த காய்கறிகளும் பழங்களும் இறைச்சியும் அடங்கிய பெட்டி, நுகர்வோரின் வீடு தேடி வாரம் தோறும் செல்ல ஆரம்பித்தது. முதலீட்டுக்குப் பிரச்னையில்லை. தேவைக்கேற்ற விளைச்சல். ஆரோக்கியமான விவசாயம். ஆனந்தமான நுகர்வோர்கள். இந்த முறை ஷி யான் அழுத்தமான வெற்றி பெற்றார்.

பெய்ஜிங்கைச் சுற்றியிருக்கும் கிராமங்கள் பலவற்றிலிருந்தும் விவசாயிகள், ஷி யானைத் தேடி வந்தனர். அவர்களுக்குக் கற்றுக்கொடுத்தார். 'பூச்சிக்கொல்லிகள், செயற்கை உரங்கள் பயன்படுத்துவது என்பது புகைபிடிக்கும் பழக்கம் மாதிரி. நாம் நினைத்தால் அதிலிருந்து மீள முடியும்' என்று எடுத்துச் சொன்னார். மரபு வழி விவசாயத்தின் பலன்களைத் தெளிவாகப் புரிய வைத்தார். சமூக நலன், விவசாயிகளின் நலன், பொருளாதார நலன் மூன்றுமே இதில் அடங்கியிருப்பதை வந்தவர்கள் உணர்ந்தார்கள்.

இன்றைக்கு Shared Harvest Farm மற்றும் அதனுடன் இணைந்த வேறு சில பண்ணைகள் வழியாக பெய்ஜிங்கின் சுமார் 40% மக்கள், நுகர்வோர்களாக ஆரோக்கியமான விளைபொருள்களை உண்கிறார்கள். ஷி யான் மூலமாக ஆயிரக்கணக்கானோர் மரபு வழி விவசாயிகளாக மாறியிருக்கிறார்கள். பல புதிய இளைய தலைமுறை இயற்கை விவசாயிகளையும் ஷி யான் உருவாக்கியிருக்கிறார். பெய்ஜிங்கைச் சுற்றியிருக்கும் கிராமங்கள் பலவற்றிலும் இளைஞர்கள் வெற்றிகரமான விவசாயிகளாக வலம் வருகிறார்கள். ஷி யான் மூலமாக சீனாவெங்கும் ஏறத்தாழ ஆயிரம் CSA பண்ணைகளாவது தொடங்கப்பட்டிருக்கின்றன. அவற்றில் பெரும்பாலானவை வெற்றிகரமாக இயங்கியும் வருகின்றன.

தாராளமாகச் சொல்லலாம்.

ஷி யான் - சீனாவின் மரபு விவசாயத்தை மீட்டெடுத்த நாயகி.

பிரக்கோலி பூங்கொத்து

○ 2011-ல் ஷி யான் தன்னுடன் கல்லூரியில் ஒன்றாகப் பயின்ற நண்பரான செங் கன்வாங்கைத் திருமணம் செய்து கொண்டார். அந்தத் திருமண விழாவில் வெள்ளை உடை அணிந்த ஷி யான், கையில் பூங்கொத்துக்குப் பதிலாக, தன் பண்ணையில் விளைந்த பிரக்கோலியை ஏந்தியிருந்தார். திருமண விருந்துக்காக அவரது பண்ணையில் விளைந்த காய்கறிகளும் பழங்களுமே பயன்படுத்தப்பட்டன.

○ 2013-ம் ஆண்டில் ஷி யான் ஆரம்பித்த திட்டம் Children of the Earth of Sharing Harvest. குழந்தைகளுக்கு இயற்கை விவசாயம் கற்றுக் கொடுப்பது. விவசாயத்தின் முக்கியத்துவம் குறித்து 'விளையும் பயிர்'களுக்கு விழிப்புணர்வு ஏற்படுத்துவது. அதன் மூலம் வளமான வேளாண் எதிர்காலத்துக்கு வழிவகுப்பது. இந்தப் பணியைத் தொடர்ந்து மேற்கொண்டு வருகிறார்.

○ சமூக ஆதரவு விவசாய முறை குறித்து ஷி யான் சொன்ன ஒரு கருத்து உலகப்புகழ் பெற்றது. 'சமூக ஆதரவு விவசாய முறையில் ஐந்து நுகர்வோர்கள் இணைந்தால் ஒரு Mu* அளவு நிலம் வேதித்தன்மையிலிருந்து மீட்டெடுக்கப்படும். பத்து நுகர்வோர்கள் இணைந்தால் ஒரு விவசாயி பண்ணையை வளமாக நடத்த முடியும். நூறு நுகர்வோர்கள் இணைந்தால் ஐந்து இளைஞர்கள் தங்கள் கிராமத்துக்கு விவசாயம் செய்வதற்காக மகிழ்வுடன் திரும்ப முடியும். ஆயிரம் நுகர்வோர்கள் இணையும்போது ஒரு கிராமமே பொருளாதாரத் தன்னிறைவு பெற்று செழிப்பாக மாறும். ஒவ்வொருவரும் இணையும்போது நாம் விரும்பும் பசுமையான உலகை உருவாக்கிட முடியும்!'

(★Mu என்பது சீன நில அளவை முறை. சுமார் 6 Mu என்பது ஏறத்தாழ ஒரு ஏக்கருக்குச் சமம்.)

06

ரஹிபாய் சோமா போபரே

பழங்குடி இதயம்

"பாரம்பரிய விதைகளின் சிறப்பு என்னவென்றால் பூச்சி, நோய் தாக்குவதில்லை. ரசாயன உரம் வேண்டியதில்லை. வங்கியில் கடன் வாங்க வேண்டியதில்லை. கடனை அடைக்க முடியாமல் தற்கொலை செய்ய வேண்டியதில்லை என்று நிறைய சாதகங்கள் உள்ளன. எனவேதான் விதைகளைப் பேராயுதம் என்கிறேன்"

– நம்மாழ்வார்

சில விவசாயிகள் காலம் காலமாகச் செய்துவரும் மிகப்பெரிய தவறு என்ன தெரியுமா? அறுவடை முடிந்து, விளைபொருள்களைச் சந்தைக்கு அனுப்பும் முன்பு விதைகளைச் சேகரிக்கத் தவறுவது. விதைகளே மூலதனம். அவை இல்லாமல் போனால் அடுத்த நடவுக்கு என்ன செய்வது?

அடுத்தவன் கையைத்தான் எதிர்பார்க்க வேண்டும். அல்லது விதைகளை யாரிடமாவது விலை கொடுத்து

வாங்க வேண்டும். இந்த இடைவெளியில்தாம் ‘நாங்க இருக்கிறோம். கவலையேபடாதீங்க!’ என்று நிறுவனங்கள் உள்ளே புகுந்தன. வெறும் கையுடன் நின்றவனுக்கு விதைகளைத் தந்தன. ‘இவை பாரம்பரிய விதைகளா?’ என்று அவன் கேள்வியை முடிக்கும் முன்னரே, பேராசையைத் தூண்டும் பதில் ஒன்றைத் தயாராக வைத்திருந்தன. ‘இவை வீரியமான விதைகள். குறைந்த காலத்தில் விளையக்கூடியவை. கூடுதல் மகசூல். நீங்கள் எதிர்பார்ப்பதைவிட அதிக லாபம் கிடைக்கும்.’

விவசாயியும் மனிதன்தானே. பேராசையில் விழுவதும் இயற்கைதானே. ஆனால், அவன் இயற்கையை மறந்து விழுந்ததுதான் மிகப்பெரிய வீழ்ச்சியாக மாறியது. மரபணு மாற்ற விதைகளுடன் செயற்கை உரங்களும் கைகோத்து வந்தன. பூச்சிக்கொல்லிகளும் பொடிநடையாக வந்து சேர்ந்தன. எல்லாம் சேர்ந்து ஆரம்பத்தில் அதிக மகசூல் என்ற தாற்காலிக சந்தோசத்தை விவசாயிக்கு அளித்தன. ஆனால், அந்த மாபாதகக் கூட்டணி அவன் நிலத்தின் வளத்தை விரைவாகவே அழித்தன. ஆரோக்கியமான கிராமத்து மனிதனின் உடலும் நவீன நோய்களின் புகலிடமாகிப் போனது மரபணு மாற்ற விதைகளும், செயற்கை உரங்களும் பூச்சிக்கொல்லிகளும் வயலுக்குள் புகுந்த பிறகே!

‘தயவுசெஞ்சு விதையெல்லாம் வெளில வாங்காதீங்க. பாரம்பரிய விதைகளைச் சேகரிங்க’ என்று ஆரம்பத்திலிருந்தே ஒலித்து வந்த ரஹிபாயின் குரலை முதலில் ஊர்க்காரர்கள் அலட்சியப்படுத்தினர்.

இதை எல்லாம் கண்டு அந்தப் பழங்குடிப் பெண்ணின் மனம் துடிதுடித்தது. அய்யோ! எப்படி இருந்த விவசாய நிலங்கள் இப்படி பாழ்பட்டுப் போய்விட்டனவே என்று கண்ணீர் வடித்தார். பாரம்பரிய விதைகளைச் சேகரிப்பது ஒன்றே இழந்ததை மீட்கும்

ஒரே வழி என்று முடிவெடுத்தார். அந்தப் பழங்குடிப் பெண்ணின் பெயர் ரஹிபாய் சோமா போபரே.

மகாராஷ்டிராவின் அகமத் நகர் மாவட்டத்தின் கொம்பல்னே பழங்குடி கிராமத்தைச் சேர்ந்தவர். 1964-ம் ஆண்டில் மகாதியோ கோலி என்ற பழங்குடி இனத்தில் பிறந்தவர். பழங்குடி மக்களுக்கு என்ன வசதி இருந்துவிடப் போகிறது? அன்றன்றைக்குப் பிழைப்பை ஓட்டினால் போதும் என்றுதான் ரஹிபாயின் பால்யம் கழிந்தது. பள்ளிக்கூடம் பற்றியெல்லாம் யாரும் சொல்லவில்லை. ஆகவே ரஹிபாய்க்கு அடிப்படைக் கல்வியறிவுகூட கிட்டவில்லை. அவர் கற்றுக் கொண்டவை எல்லாம் இயற்கையிடமிருந்துதான். வயல்கள் தாவரவியலைச் சொல்லிக் கொடுத்தன. மரங்களும் செடிகளும் சூழலியலைக் கற்றுக் கொடுத்தன.

ரஹிபாயின் குடும்பத்துக்குச் சொந்தமாகச் சில ஏக்கர்கள் நிலம் இருந்தது. ஆனால், அவர்களால் ஒரு பகுதி நிலத்தில் மட்டுமே விவசாயம் செய்ய முடிந்தது. அதுவும் அந்தந்த ஆண்டுகளில் பெய்யும் மழையைப் பொருத்தது. வானம் பொய்த்துவிட்டால் கலப்பையையும் மண்வெட்டியையும் தூக்கி ஓரமாக வைத்துவிட்டு, தூக்குச் செட்டியில் உணவை எடுத்துக் கொண்டு கூலி வேலைக்குக் கிளம்பி விடுவார்கள். அருகில் அக்கோலே என்ற ஊரில் அமைந்திருந்த சர்க்கரை ஆலை ஏதாவது படியளந்தால் உண்டு.

இப்படியே அடுத்தவர் கைகளை எதிர்பார்த்தே காலத்தைக் கடத்திவிட முடியுமா? சுயசார்பு வாழ்க்கை என்பது பழங்குடி மரபணுவில் பின்னிப் பிணைந்த விஷயமல்லவா! ரஹிபாய் யோசித்தார். உணவுப் பொருள்களை வாங்குவதற்கு பணம் வேண்டும் என்றுதானே கூலி வேலைக்குச் செல்ல வேண்டியதிருக்கிறது. அதை நானே விளைவிக்கப்போகிறேன் என்று களமிறங்கினார். கிணறு ஒன்று இருந்தால் மழை இல்லாவிட்டாலும் சமாளிக்கலாம் அல்லவா. கிணறு ஒன்றை வெட்டினார்.

இரண்டு ஏக்கர் நிலத்தில் காய்கறியும், சில தானியங்களையும் பயிரிட முடிவெடுத்தார் ரஹிபாய். விதைகளை வெளியில் வாங்கவில்லை. சேகரித்தார். பாரம்பரிய விதைகளைத் தேடித்தேடிச் சேகரித்தார். பயிரிட்டார். அவரது வீட்டின் உணவுக்கான தேவையை அவரே பூர்த்தி செய்துகொண்டார். விளைந்த காய்கறிகளிலிருந்தும் தானியங்களிலிருந்தும் விதைகளைப் பத்திரப்படுத்தினார். அடுத்தவர்களுக்குக் கொடுத்து உதவுவதற்காக.

மகாராஷ்டிரா இன்ஸ்டிடியூட் ஆஃப் டெக்னாலஜி, கிராமப்புற விவசாயிகளுக்குப் பல்வேறுவிதமான பயிற்சிகள் கொடுத்து வந்தது. ரஹிபாய், அங்கே வீட்டுக்கோழி வளர்ப்புத் தொழிலைக் கற்றுக் கொண்டார். நான்கடுக்கு பயிர் சாகுபடி முறையையும் தெரிந்து கொண்டது அவருக்கு உதவியாக இருந்தது. பாரம்பரிய விதைகளையும், இயற்கை வேளாண்மை முறைகளையும் மட்டுமே பயன்படுத்திய ரஹிபாய் நிலத்தில் விளைச்சல் 30% கூடுதலாக இருந்தது. ரஹிபாயும் அவரது குடும்பத்தினரும் யாரையும் எதற்கும் எதிர்பாராமல் தன்னிறைவுடன் வாழ ஆரம்பித்தனர்.

'தயவுசெஞ்சு விதையெல்லாம் வெளில வாங்காதீங்க. பாரம்பரிய விதைகளைச் சேகரிங்க' என்று ஆரம்பத்தி லிருந்தே ஒலித்து வந்த ரஹிபாயின் குரலை முதலில் ஊர்க்காரர்கள் அலட்சியப்படுத்தினர். கேலி செய்தவர்களை ரஹிபாய் பொருட்படுத்தவில்லை. ஆனால், அவர் இயற்கை விவசாயத்தால் நிமிர்ந்து நின்றபோது, ஊர்ப்பெண்கள் ரஹிபாயின் குரலுக்குச் செவி கொடுக்க ஆரம்பித்தனர்.

'நிறுவனங்கள் விற்கும் விதைகள் மரபணு மாற்றப்பட்டவை. அவை அதிக விளைச்சலைத் தருவதுபோல தரும். ஆனால், உடல்நலத்தைப் பாதிக்கும். புதிய புதிய நோய்களை உருவாக்கும். நம் குழந்தைகளுக்கு ஊட்டச்சத்து குறைபாடு உருவாவது அதனால்தான். ஆனால், நம் பாரம்பரிய விதைகள் நமக்கு ஆரோக்கியத்தை மட்டுமே தரும். நல்ல விளைச்சலையும் தரும். நம் முன்னோர்கள் எல்லாம் பல வருடங்களுக்கு நோய் நொடியில்லாமல் வாழ்ந்தது இயற்கையாக விளைந்ததை உண்டதால்தான்.

இப்போது நாம் செய்ய வேண்டியது என்ன? மரபணு மாற்ற விதைகளை முற்றிலுமாகப் புறக்கணிக்க வேண்டும். நாட்டு விதை ரகங்களைச் சேகரிக்க வேண்டும். நம் கையைவிட்டுப் போன பாரம்பரிய விதைகளை எல்லாம் தேடித்தேடிச் சேகரிக்க வேண்டும்.'

ரஹிபாய், தன் ஊர்ப்பெண்களுக்கு எடுத்துச் சொல்லிப் புரிய வைத்தார். அவர்கள் மூலம் ஆண்களும் தெளிவு பெற்றனர். ரஹிபாய், பெண்கள் சுய உதவிக்குழு ஒன்றை உருவாக்கினார். பிரதான நோக்கம், உள்ளூர் விதைகளைத் தேடித்தேடிச் சேகரிப்பது. அந்த விதைகளைப் பாதுகாத்து தேவைப்படுபவர்களுக்கு இலவசமாகவே கொடுப்பது. பல்வேறு பயிர்களின் பாரம்பரிய விதைகளைத் தேடி ரஹிபாய், மகாராஷ்டிரா மாநிலம் முழுக்கப் பயணம் செய்தார். கிராமம் கிராமமாகச் சென்று இயற்கை விவசாயிகளைத் தேடித்தேடிச் சந்தித்தார். தன்னிடம் இல்லாத ஒரு பாரம்பரிய விதை ரகம் ஒன்றைத் தேடிக் கண்டுபிடித்து வாங்கிய நொடியில் பிறந்த குழந்தையைக் கையில் ஏந்தும் பரவசத்தையும் அடைந்தார்.

ரஹிபாயின் குடிசை வீட்டில் எங்கெங்கும் சாணியால் வாய்ப்பகுதி அடைக்கப்பட்ட மட்பாண்டங்களே நிறைந்திருக்கின்றன. அத்தனையிலும் விதவிதமான நாட்டு விதைகள். அறுபதுக்கும் மேற்பட்ட காய்கறி விதைகள், 15 வகை பாரம்பரிய நெல் விதைகள், 9 வகையான துவரை விதைகள், பல்வேறு வகையான எண்ணெய் வித்துக்கள் மற்றும் தானியங்களுக்கான விதைகள்.

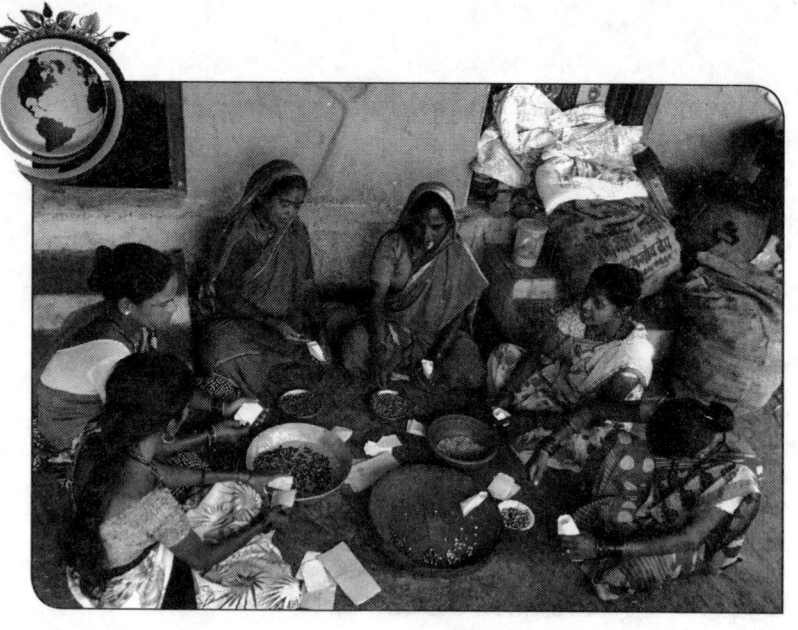

இப்படி நாட்டு விதைகளைச் சேகரிப்பதற்காகவே ரஹிபாய் நிறுவியுள்ள அமைப்பின் பெயர் - கல்சுபாய் பரிசார் பியானி சம்வர்தன் சமிதி. ரஹிபாய் தனது விதை வங்கி மூலமாக 32 பயிர்களுக்கான 122 ரக பாரம்பரிய விதைகளை விவசாயிகளுக்கு இலவசமாக வழங்கி வருகிறார்.

இயற்கை விவசாயத்தின் அவசியத்தை, மகத்துவத்தை உணர வைப்பது, பாரம்பரிய விதைகளின் பலன்களைப் புரிய வைப்பது என்று விவசாயிகளுக்கும் மாணவர்களுக்கும் பாடம் எடுத்து வருகிறார், பள்ளிக்கூடமே செல்லாத ரஹிபாய்.

'முதல் விஷயம் பாரம்பரிய விதைகளை நீங்கள் காசு கொடுத்து வாங்க வேண்டாம். முந்தைய அறுவடையிலிருந்து சேகரித்து வைத்தால் போதும். நாட்டுப்பயிர்கள் வறட்சியைத் தாக்குப்பிடிக்கும் தன்மை கொண்டவை. அவை வளர காற்றும் நீரும் போதுமானவை. ரசாயன உரங்கள் தேவையே இல்லை. நாட்டுப்பயிர்கள் நோய்த் தாக்குதல்களால் பாதிக்கப்படாதவை. பூச்சிகளால் பாதிக்கப்பட்டால், இயற்கையான கரைசல்கள் போதும். அவை செழித்து வளரும். பாரம்பரிய விதைத்

தாவரங்களே மண் வளத்தை மேம்படுத்துகின்றன. அவை ஊட்டச்சத்துமிக்க தானியங்களையும் காய்கறிகளையும் தருகின்றன.'

ரஹிபாய் தன் வீட்டைச் சுற்றி மட்டும் சுமார் 400 மரங்களை நட்டு வளர்த்துள்ளார். விதை வங்கி மட்டுமல்லாமல், பாரம்பரிய விதைகள் மூலம் நாற்றுகளை உருவாக்கி அவற்றையும் விவசாயிகளுக்கு வழங்கி வருகிறார். தன் அனுபவங்களின் மூலம் பல்வேறு விவசாயிகளின் நிலத்துக்குச் சென்று மண் வளத்தை மேம்படுத்தவும், பூச்சிகளைக் கட்டுப்படுத்தவும் இயற்கையான முறையில் வழிகாட்டுகிறார்.

மழைநீரைச் சேமித்து விவசாயத்துக்குப் பயன்படுத்தும் விதத்தில் புதிய நீர்க் கட்டமைப்புகளை உருவாக்கவும் திட்டமிட்டுக் கொடுக்கிறார். ரஹிபாய் என்ற இந்தப் பழங்குடி இதயத்தின் சீரிய முயற்சியால், அகமத் நகர் மட்டுமன்றி, மகாராஷ்டிராவின் பல்வேறு கிராமங்களைச் சேர்ந்த விவசாயிகளும் இயற்கை வேளாண் முறைக்குத் திரும்பியிருக்கின்றனர். அந்த நிலங்களில் எல்லாம் பாரம்பரிய விதைத் தாவரங்கள் மகிழ்வுடன் பூத்தும் காய்த்தும் கொண்டிருக்கின்றன.

இயற்கையோடு இணைந்த வாழ்ந்த வளமான வாழ்வு என்ற பிரசாரத்தைத் தொடர்ந்து மேற்கொண்டு வரும் ரஹிபாய்க்குப் பல்வேறு அமைப்புகள் விருதுகள் வழங்கியிருக்கின்றன. சுமார் 120-க்கும் மேற்பட்ட நாட்டு விதைகளைச் சேகரித்த இந்தியப் பெண் என்று பாராட்டிய பிபிசி நிறுவனம், 'உலகின் முக்கியமான 100 பெண்கள்' என்று 2018-ம் ஆண்டில் வெளியிட்ட பட்டியலில் ரஹிபாயின் பெயரையும் சேர்த்திருந்தது. 2019-ல் நாரி புரஸ்கார் விருது, 2020-ல் பத்மஸ்ரீ விருது என்று ரஹிபாய் கௌரவம் பெற்றிருக்கிறார்.

இவை அனைத்தையும்விட முக்கியமான பட்டம் ஒன்றை Council of Scientific and Industrial Research நிறுவனத்தின் நிர்வாக இயக்குநர் ரகுநாத் மாசேல்கர், ரஹிபாய்க்குச் சூட்டியுள்ளார். அந்தப் பொருத்தமான பட்டம் 'விதைகளின் தாய்!'

காான்ஸ் விழாவில் ஒலித்த ரஹிபாயின் குரல்!

உலகப் பிரசித்தி பெற்ற கான்ஸ் திரைப்பட விழாவில், 9/16 என்ற அளவிலான செங்குத்துப் பரிமாணத்தில் மூன்று நிமிடத்தில் ஆவணப்படம் ஒன்றை எடுக்க வேண்டும் என்றொரு பிரிவு இருக்கிறது. அந்தப் பிரிவில் 2019-ம் ஆண்டில் We Are What We Eat என்ற கருப்பொருளில் எடுக்கப்பட்ட, 47 நாடுகளைச் சேர்ந்த 370 படங்கள் கலந்து கொண்டன. அதில் கவனம் ஈர்த்தவை சில படங்கள் மட்டுமே. அச்சுதானந்த் திவேதி இயக்கிய Seed Mother என்ற ஆவணக்குறும்படம், மூன்றாவது பரிசை வென்றது. ரஹிபாய் குறித்த படம்தான் அது. பாரம்பரிய விதைளைச் சேகரிப்பதன், பாதுகாப்பதன் அவசியத்தைத் தன் குரலில் ரஹிபாய் விவரிக்கும் அந்தப் படமானது, முதல் இரண்டு பரிசுகளை வென்ற படங்களைக் காட்டிலும் அதிகம் பாராட்டுகளைச் சம்பாதித்தது.

படத்தைக் காண : https://bit.ly/3i3cXqj

07

கிருஷ்ணா மெக்கன்சி

வெள்ளைக்கார விவசாயி

"மனித இனம், இயற்கையிடமிருந்து தனது
வாழ்க்கையைப் பிரித்து வைத்திருக்கிறது.
இங்கே பள்ளிக்கல்வி என்பது
அவசியமாக்கப்பட்டிருக்கிறது. ஆனால்,
இயற்கை விவசாயத்தை எந்தப் பள்ளியிலும்
கற்றுக்கொள்ள முடியாது."
— மசானோபு ஃபுகோகா

இங்கிலாந்தில் பிறந்தவர் மெக்கன்சி. அங்குதான் பள்ளிப்படிப்பையும் முடித்தார். பள்ளியில் படிக்கும்போது, 'உலகின் கிராமம்' என்று அழைக்கப்படும் பாண்டிச்சேரியில் அமைந்த ஆரோவில்லுக்குச் சுற்றுலா வந்தார் மெக்கன்சி. அங்கே இயற்கை விவசாயப் பண்ணை ஒன்றை நடத்தி வந்த ஒருவரைச் சந்திக்கும் வாய்ப்பும் மாணவரான மெக்கன்சிக்குக் கிடைத்தது. அந்த விவசாயியும், அவர் வாழும் வாழ்க்கையும், இயற்கைச் சூழல் நிறைந்த அந்தப் பண்ணையும் மெக்கன்சிக்கு மிகவும் பிடித்துப் போனது.

இங்கிலாந்துக்குத் திரும்பிச் சென்ற மெக்கன்சி, பள்ளிப் படிப்பை முடித்தார். அடுத்தது என்ன என்ற கேள்வி அவருக்கு முன் விஸ்வரூபம் எடுத்து நின்றது. அவரது நண்பர்கள் பலரும் கல்லூரியில் விரும்பிய படிப்பைத் தேர்ந்தெடுத்துப் படிக்கச் சென்றார்கள். அதில் சிலர் படிப்பதற்காக வேறு நாடுகளுக்குச் சென்றார்கள். மெக்கன்சியின் மனத்தில் தத்துவார்த்தமாக பல கேள்விகள் எழுந்தன. இந்த வாழ்க்கை எதற்கு? வருங்காலத்தில் நான் என்னவாகப் போகிறேன்? மேற்கொண்டு படிக்கும் படிப்பு என்பது எந்த விதத்தில் என் வாழ்க்கையை அர்த்தமுள்ளது ஆக்கப்போகிறது? எதற்குப் படிக்க வேண்டும்? இப்படிப் பல கேள்விகள்.

குழம்பினார். பின் தெளிந்தார். இயற்கையோடு வாழ்வதைத்தான் என் மனம் விரும்புகிறது. நான் விவசாயி ஆகப்போகிறேன். இங்கு அல்ல. இந்தியா என்னை அழைக்கிறது. நான் ஆரோவில் செல்லப்போகிறேன்! தெளிவாக, தீர்க்கமாக முடிவெடுத்தார் மெக்கன்சி. தனது பத்தொன்பதாவது வயதில் ஆரோவில்லுக்கு வந்த அவர், 'கிருஷ்ணா மெக்கன்சி'யாக மாறினார்.

ஆரோவில்லில் வாழ விரும்பும் யாராக இருந்தாலும் இரண்டு வருடங்கள் அங்கே பணியாற்ற வேண்டும். இயற்கை விவசாயப் பண்ணை ஒன்றில் பணி செய்ய ஆரம்பித்தார் கிருஷ்ணா. அங்கே

மாண்புமிகு இயற்கை விவசாயி

இயற்கையோடு இணைந்து விவசாயத்தைக் கற்றுக் கொண்டார். ம்ஹூம்... உணர்ந்து கொண்டார் என்பதுதான் சரியாக இருக்கும். பிறகு தனக்கான இயற்கை விவசாயப் பண்ணை ஒன்றை அமைத்து அங்கே ஆத்மார்த்தமாக உழைக்க ஆரம்பித்தார்.

'ரெஸ்டாரண்ட் பிஸினஸ்ல எனக்கு நல்ல காசு வருது. அது எனக்கு முக்கியமில்லை. ஆனா, என் காலுக்கு செருப்புகூட தேவையில்ல. ஆரோக்கியமான உணவைத் தர்றோம்னு திருப்தி கிடைக்குது.'

'இயற்கையின் அமைப்பை அதன் தன்மையிலேயே விட்டுவிட்டு அதைக் கொண்டே உணவு உற்பத்தி செய்வதே இயற்கை விவசாயத்தின் அடிப்படை. அதற்கென்று வரையறுக்கப்பட்ட முறைகள் எதுவும் கிடையாது. அதுவே போதிதர்மரின் வழி. பலவீனமாகத் தோன்றினாலும் இது நுட்பம் வாய்ந்தது. போரிடாமலேயே வெற்றியைப் பெற்றுத்தரும் சக்தி வாய்ந்தது. மண், பூச்சி, தாவரங்கள், களைகள் அனைத்தையும் அப்படியே விட்டுவிடுவதுதான் இயற்கை வேளாண்மை' என்ற தனது ஜப்பானிய குரு மசானோபு ஃபுகோகாவின் வழிகாட்டுதலே கிருஷ்ணா மெக்கன்சியை ஓர் இயற்கை விவசாயியாக மாற்றியது.

சங்க காலத்திலேயே தமிழர்களின் வேளாண் முறையும் இயற்கையான முறையில் உலகிற்கே முன்னோடியாக இருந்ததற்குச் சான்றுகள் உண்டு. '...கல்லெனக் கருவி மாமழை வீழ்ந்தென எழுந்த செங்கேழ் ஆடிய செழுங்குரற் சிறுதினை...' என்கிறது நற்றிணையின் வரிகள். அதிக உழைப்பின்றி விதைகளை மட்டும் விதைத்துவிட்ட பின், பெய்த மாமழையே பயிர்களை வளர்த்துவிட்டது என்ற பொருள் அமைந்த பாடல் இது. குறிஞ்சி, முல்லை

மக்களின் வேளாண் முறைகள் இப்படி இயற்கையோடு இயைந்த ஒன்றாகத்தான் அமைந்திருந்தன.

உழவர் உழாமலேயே விளைந்து பலன் தரக்கூடியவை என்று நான்கு வகை உணவுப்பொருள்களை புறநானூற்றில் கபிலர் கூறியிருக்கிறார். ஒன்று, மூங்கில் நெல். இரண்டாவது பலாப்பழம். மூன்றாவது வள்ளிக்கிழங்கு. நான்கு, ஓரிக்குரங்கு பாயும்போது உடைந்து ஒழுகும் தேன்கூடுகள். இவ்விதமாக வேள் பாரி ஆண்ட பறம்பு மலையின் வளத்தை கபிலர் பாடியிருக்கிறார். இதன் மூலம் அறியப்படும் முக்கியமான செய்தி என்னவென்றால், பண்டைத் தமிழர்களின் உணவு நுகர்வானது இயற்கையை நோக்கியே இருந்திருக்கிறது என்பதுதான்.

இயற்கைக்குத் திரும்புதலைத்தான் சென்ற நூற்றாண்டில் ஃபுகோகாவும் வலியுறுத்தியிருக்கிறார். அவரது சொற்களால் ஈர்க்கப்பட்டு, தமிழகத்துக்கு வந்த மெக்கன்சி, பல நூற்றாண்டுகளுக்கு முன்பே தமிழர்களின் மரபு விவசாயம் என்பது இயற்கையோடு இணைந்ததாகத்தான் இருந்திருக்கிறது என்பதையும் புரிந்துகொண்டார். தமிழக விவசாயிகளே மறந்துபோன மரபு விவசாயத்தின் மகிமையை உணர்ந்துகொண்ட அந்த வெள்ளைக்காரர், வேட்டியை மடித்துக் கொண்டு மண்புழுவோடும் மண்வெட்டியோடும் மக்கும் இயற்கை உரங்களோடும் மனமகிழ்வுடன் வாழ ஆரம்பித்தார்.

பண்டைத் தமிழர்களின் பெருமைகளாலும், தமிழ்மொழியின் அருமைகளாலும் ஈர்க்கப்பட்ட கிருஷ்ணா, தமிழ்ப்பெண் ஒருத்தி மீதும் காதல் கொண்டார். ஆரோவில்லுக்கு அடிக்கடி வந்து சென்ற திருவண்ணாமலையைச் சேர்ந்த தீபாவுக்கு கிருஷ்ணாவைச் சந்திக்கும் வாய்ப்பு அமைந்தது. தமிழர்களுக்கே தெரியாத மரபு விவசாயத்தின் மகத்துவத்தை இங்கிலீஷ்காரார் ஒருவர் 'தமிங்கிலத்தில்' எடுத்துச் சொல்கிறாரே என்ற விஷயம் தீபாவை ஆச்சரியத்தில் ஆழ்த்தியது. கிருஷ்ணாவின் இயற்கைப் பண்ணையின் பெயர், *Solitude Farms*. அங்கே 'இயற்கை உணவகம்' ஒன்று அமைக்க வேண்டும் என்பது அவரது கனவுத்திட்டம். அதற்கு தீபாவின் உதவியைக் கேட்டார்.

தீபா சம்மதித்தார். 2006-ம் ஆண்டில் அங்கே இயற்கை உணவகத் தொழிலை *(Solitude Cafe)* இருவரும் சேர்ந்து தொடங்கினர். அப்படியே தங்கள் இல்வாழ்க்கையையும் ஆரம்பித்தனர்.

'இன்னிக்கு ஆர்கானிக் ஃபார்மிங் என்ற பெயரில் நடத்தப்படும் பண்ணைகள் பலவும் பணம் சம்பாதிக்கும் நோக்கத்தில் நடத்தப்படுபவை. எனக்கு பிரக்கோலி பிடிக்கும். கேரட், உருளை, காளிஃப்ளவர் எல்லாம் பிடிக்கும். ஆனா, அதெல்லாம் இந்த மண்ணுல விளையுறது கிடையாது. அவை விளைவிக்கப்பட்டவை. ஒரு மண்ணில் இயற்கையாக என்ன விளைகிறதோ, அது மணத்தக்காளியோ, வாழையோ, பப்பாளியோ, திப்பிலியோ, பூசணியோ, கோவக்காயோ அல்லது கருணைக்கிழங்காகவோ இருக்கலாம். அதுதான் அந்தப் பகுதியில் வாழும் மக்கள் உண்பதற்கான உணவு. அப்படித்தான் இந்த மண்ணில் முன்னோர்கள் எல்லாம் உண்டு ஆரோக்கியமாக வாழ்ந்திருக்கிறார்கள். அதுதான் மரபு. இயற்கையோடு இணைந்த அந்த மரபை நோக்கித் திரும்புவதுதான் இந்த பூமிக்கு நாம் செய்யும் நன்றிக்கடன்!' என்பதே கிருஷ்ணாவின் அழுத்தமான கருத்து.

கூட்டுப்பண்ணை முறை விவசாயத்தைத்தான் ஆறு ஏக்கர் அளவிலான தன் பண்ணையில் கிருஷ்ணா மேற்கொண்டு வருகிறார். அங்கே வாழை, பப்பாளி, மா, பனை, முருங்கை, கொய்யா, சீதாப்பழம், சப்போட்டா என பல்வேறு மரங்கள் உண்டு. திப்பிலி, முடக்கத்தான், நன்னாரி என்று விதவிதமான மூலிகைகள் உண்டு. கத்தரி, கோவக்காய், சுண்டைக்காய், மணத்தக்காளி, பூசணிக்காய் என்று மொத்தம் சுமார் 140-க்கும் மேற்பட்ட பயிர்கள் அங்கே வளர்ந்து வருகின்றன. ஊடுபயிர்களாக மஞ்சள், அன்னாசி போன்றவற்றையும் பயிரிடுகிறார் கிருஷ்ணா.

நீர் மேலாண்மையிலும் மரபு சார்ந்த உத்திகளையே கிருஷ்ணா கையாண்டு வருகிறார். கோடைகாலத்தில் மரங்களையும் செடிகளையும் சுற்றி புற்களையும் ஓலைகளையும் போட்டு நிரப்புகிறார். அதனால் நிலம் வறண்டு போவது தவிர்க்கப்படுகிறது. பயிர்களுக்குப் பாய்ச்சப்படும் நீர், ஆவியாவதுவும் கட்டுப்படுத்தப்படுகிறது. வாரத்தில் ஒரு சில நாள்கள் மட்டும் நீர் ஊற்றினால் போதும் என்பதால் அதிக அளவில் தண்ணீரும் சேமிக்கப் படுகிறது.

கிருஷ்ணா, 'காய்கறி மற்றும் பழங்கள் நிறைந்த கூடை'களை வாரந்தோறும் வாடிக்கையாளர்களுக்கு நேரடியாக விற்பனை செய்து வருகிறார். அவை அனைத்துமே அவரது பண்ணையில் நூறு சதவிகிதம் இயற்கையான முறையில் விளைந்தவை. நம் மண்ணின் காய்கறிகளும் பழங்களும் கீரைகளும் மூலிகைகளும் மட்டுமே அதில் இருக்கும். அதுதானே ஆரோக்கியம்.

தவிர, தினமும் Solitude Cafe-ல் காலை மற்றும் மதிய உணவு உண்டு. வாடிக்கையாளர்களின் கண் முன்னேயே பண்ணையில் இருந்து பறிக்கப்படும் காய்கறிகள், பழங்கள், கீரைகள் அங்கே சமைக்கப்படுகின்றன. சிறுதானியங்கள் நிரம்பிய எளிமையான உணவு. ஆனால், அதிக ருசியானது. அதுவும் வேறெங்கும் கிடைக்காத பாரம்பரியப் பதார்த்தங்களும் பழச்சாறுகளும் அங்கே கிடைக்கின்றன. இரவு உணவு கிடையாது. தினமும் மாலைக்குப் பிறகான நேரம் தன் குடும்பத்துக்கானது

என்று தெளிவாக, மகிழ்ச்சியாக வாழ்கிறார் கிருஷ்ணா.

'இந்த ரெஸ்டாரண்ட் பிஸினஸ்ல எனக்கு நல்ல காசு வருது. அது எனக்கு முக்கியமில்லை. ஆனா, என் காலுக்கு செருப்புகூட தேவையில்ல. ஆரோக்கியமான உணவைத் தர்றோம்னு திருப்தி கிடைக்குது' என்று மனபூர்வமாகச் சொல்கிறார் கிருஷ்ணா.

ஒவ்வொரு வார இறுதிகளிலும் இயற்கை விவசாயம் பற்றி அறிந்து கொள்ள விரும்புபவர்களுக்காக தனது பண்ணையில் வகுப்புகள் எடுக்கிறார். தனது பண்ணையைச் சுற்றிக் காண்பித்து அனுபவங்களைப் பகிர்ந்து கொள்கிறார். இயற்கை விவசாயத்தின் தேவையை உணரச் செய்கிறார். அந்தப் பகுதி வாழ் விவசாயிகளின் முன்னோடியாகவும் திகழ்கிறார் கிருஷ்ணா.

கிருஷ்ணா மெக்கன்சியைப் பார்த்ததும் ஒவ்வொருவரும் கேட்கும் அல்லது கேட்க விரும்பும் கேள்வி இதுதான். 'இங்கிலாந்துல பிறந்த நீங்க ஏன் இங்க வந்து விவசாயம் பண்ணிக்கிட்டு இருக்கீங்க?'

அதற்கு கிருஷ்ணா சொல்லும் வேடிக்கையான பதில்.

'நான் போன ஜென்மத்துல இதே மண்ணுல கட்டை வண்டி ஓட்டிக்கிட்டு, விவசாயம் பார்த்துக்கிட்டுதான் இருந்திருப்பேன். அதான் இந்த ஜென்மத்துலயும் இங்கயே மறுபடியும் வந்துட்டேன். அதான் கடவுள் எழுதுன விதி!'

மாண்புமிகு விவசாயிகள் ❖ 55

08

டிம் – ஜோ பட்டென்

இங்கிலாந்தின் மேய்ப்பர்கள்

இன்று நாம் Organic Food என்று அழுத்தம் கொடுத்துச் சொல்வதைத்தான், அன்று நம் தாத்தாவும் பாட்டியும் "உணவு" என்று சாதாரணமாகச் சொன்னார்கள்.
– மசானோபு ஃபுகோகா

இங்கிலாந்தின் டெவோன் மாகாணத்தைச் சேர்ந்தவர் டிம் பட்டென். எண்பதுகளில் அங்கே விவசாயக் கல்லூரியில் படித்து பட்டம் பெற்றவர். ஆனால், கல்லூரியில் கற்றுக் கொடுக்கப்பட்ட விவசாயப் பாடங்களை அவரால் ஏற்றுக்கொள்ள முடியவில்லை. கால்நடைகளுக்கு என்னென்ன ஊசி போடுவதன் மூலம் அவற்றைக் கொழுக்க வைக்கலாம் என்று குறுக்குவழிகளைச் சொல்லிக் கொடுத்தார்கள். பயிர்களுக்கான செயற்கை உரங்கள் குறித்து பக்கம் பக்கமாகப் படிக்கச் சொன்னார்கள். பூச்சி மருந்துகள் குறித்து சிலாகித்துச் சொல்லப்பட்டவை அவருக்கு அருவருப்பையே தந்தன.

அதேசமயம் இங்கிலாந்தைச் சேர்ந்த எழுத்தாளரும், சமூக ஆர்வலரும், சூழலியலாளருமான ஜான் சீமோரின் கருத்துகள் டிம்மைக் கவர்ந்தன. இருப்பதைக் கொண்டு வாழ்வை அமைத்துக் கொள்ளல், தற்சார்பு வாழ்க்கை முறை, இயற்கைக்கு எதிராக எதையும் செய்யாதிருத்தல் உள்ளிட்ட பல விஷயங்களை ஜானின் எழுத்துகளிலிருந்து டிம் உள்வாங்கிக் கொண்டார்.

விவசாயத்தில் ஆர்வம் கொண்ட ஜோவைச் சந்தித்தார் டிம். இருவருக்குமே இயற்கையோடு இணைந்து வாழ வேண்டும் என்ற ஆசை இருந்தது. ஆகவே, வாழ்க்கைப் பயணத்தில் ஒன்றிணைந்தார்கள். பின் உலகப் பயணம் ஒன்றுக்குத் திட்டமிட்டார்கள். வட மற்றும் தென் அமெரிக்க நாடுகளுக்குச் சென்றார்கள். அங்கே இயற்கை விவசாயம் செய்து வந்த விவசாயிகளைத் தேடிச் சென்று சந்தித்தார்கள். அவர்களோடு தங்கியிருந்த நாள்களில் ஏகப்பட்ட அனுபவங்கள் கிடைத்தன. இயற்கை விவசாயம் மீதான அவர்களது காதலுக்கு அந்த நாள்கள் அடி உரம் இட்டன. நம்பிக்கையோடு டெவோனுக்குத் திரும்பினார்கள்.

தங்கள் பகுதியில் இயற்கை விவசாயப் பண்ணை அமைக்க வேண்டும் என்று இருவருமே திட்டமிட்டார்கள். என்னென்ன செய்ய வேண்டும் என்பதைவிட, எதையெல்லாம் செய்யவே கூடாது என்பதில் இருவரும் கவனமாக இருந்தார்கள். டெவோனில் வடக்குப் பகுதியில் அமைந்த உயரமான பண்ணை நிலமொன்றை விலைக்கு வாங்கினார்கள். 1985-ம் ஆண்டில் Higher Hacknell இயற்கைப் பண்ணை உருவாக ஆரம்பித்தது.

இங்கிலாந்து மக்கள் உண்ணும் உணவின் தரம் என்ன? அது இயற்கையானதா? தினமும் இறைச்சி உண்கிறார்களே. அது ஆரோக்கியமான இறைச்சிதானா? தாங்கள் உண்ணும் இறைச்சி எங்கிருந்து வருகிறது என்று மக்களுக்குத் தெரியுமா? அது பாதுகாப்பான உணவுதானா? எதார்த்தமான வாழ்வியல் கேள்விகளுக்குப் பதில் தேடும் விதமாகவே டிம்மும் ஜோவும் தங்களது பண்ணைக்கான செயல் திட்டங்களுக்கு வடிவம் கொடுத்தார்கள்.

முதல் விஷயம், கால்நடை வளர்ப்பு. தங்கள் பண்ணையில் வளரும் கால்நடைகள் முற்றிலும் இயற்கையான சூழலில் வளர வேண்டும். இயற்கையான மேய்ச்சல் நிலத்தில் அவை உலாவ வேண்டும் என்று திட்டமிட்டார்கள். அதற்கேற்ப காட்டுப்புற்கள், புதர்களுடனான மேய்ச்சல் நிலம் அப்படியே விடப்பட்டது. மாடுகளும் ஆடுகளும் குட்டிகளும் சுதந்தரமாக மேய்ந்தன. கோழிகள் மரங்களின் நிழலில் கொண்டாட்டத்துடன் கொத்திக் கொண்டு திரிந்தன.

இன்னொரு பக்கம் பயிரிடுவதற்கான நிலங்களை இயற்கையான முறையில் செப்பனிட்டார்கள். அங்கே இயற்கை விவசாயம் செய்தார்கள். டிம்மும் ஜோவும் தங்களது ஆரம்ப வருடங்களில் கற்றுக்கொண்ட முக்கியமான பாடம், இயற்கை விவசாயத்துக்கு என்று துல்லியமான முறை என்று எதுவும் கிடையாது. இயற்கையைக் கொஞ்சமும் சேதப்படுத்தாமல் அல்லது தொந்தரவு செய்யாமல், அது என்ன தருகிறதோ உவகையுடன் ஏற்றுக் கொள்வதே இயற்கை விவசாயத்தின் அடிப்படை. எதுவொன்றும் இங்கே இழப்பு அல்ல. இயற்கையை நீ வஞ்சிக்காமல் இருந்தால் அது என்றென்றைக்கும் உன் தேவைக்கும் அதிகமாகவே தரும்!

இயற்கை விவசாயப் பண்ணையின் நோக்கத்தை, முக்கியத்துவத்தை நுகர்வோர்களிடம் கொண்டு செல்ல டிம்மும் ஜோவும் அதிகம் போராட வேண்டியதிருந்தது.

1988-ம் ஆண்டில் *Soil Association*, ஹையர் ஹேக்னெல் பண்ணைக்கு 'இயற்கை விவசாயப் பண்ணை' என்ற அங்கீகாரத்தைக் கொடுத்தது. அதன் பின்னர், வணிகம் என்ற கட்டத்துக்குள் டிம்மும் ஜோவும் அடியெடுத்து வைத்தார்கள். அவர்களுக்குத் தெரிந்த விவசாயிகளே புலம்பிக் கொண்டுதான்

மாண்புமிகு இயற்கை விவசாயி

இருந்தார்கள். விவசாயத்தை விட்டும் விலகிக் கொண்டிருந்தார்கள். எவ்வளவு உழைப்பைக் கொட்டுகிறோம்! ஆனால், பலன் இல்லையே. விலை கிடைக்கவில்லையே. இடைத்தரகருக்கு கிடைக்கும் லாபம் விளைவித்தவனுக்குக் கிடைப்பதில்லையே! ஆம், உலகம் முழுக்க விவசாயியின் வேதனைக் குரல் ஒன்றுதான்.

இந்தச் சூழலில்தான் டிம்மும் ஜோவும், தங்கள் விளைபொருள்கள் நுகர்வோரை நேரடியாகச் சென்றடைய வேண்டும் என்று திட்டமிட்டார்கள். தங்கள் பண்ணையில் விளையும் இயற்கையான காய்கறிகளை, பழங்களை நேரடியாக நுகர்வோருக்கே கொண்டு சேர்க்கும் விவசாயிகளை முன்னோடியாக எடுத்துக் கொண்டார்கள். அதேபோல தங்கள் பண்ணையில் இயற்கையாக வளர்க்கப்பட்ட கால்நடைகளின் இறைச்சியை, நேரடியாக நுகர்வோரின் உணவு மேசைக்குக் கொண்டு செல்லும் திட்டத்தை உருவாக்கினார்கள். *Organic Meat Box.*

ஹையர் ஹேக்னெல் பண்ணையின் கால்நடைகள், இயற்கையான சூழலில் வளர்க்கப்படுபவை. அவற்றுக்கு எந்தக் காரணத்தைக் கொண்டும் ஊசிகள் போடப்படுவதில்லை. அவை இயற்கையாகவே

கொழுகொழுவென வளர்க்கப்படுகின்றன. எங்கள் பண்ணையிலேயே இறைச்சி வெட்டுமிடம் அமைக்கப்பட்டுள்ளது. மிகத்தரமான முறையில் இறைச்சி இங்கே வெட்டப்பட்டு நேரடியாக உங்களிடம் விற்பனைக்குக் கொண்டு வரப்படுகிறது.

டிம்முக்கும் ஜோவுக்குக்கும் இப்படி நுகர்வோர்களிடம் எடுத்துச் சொல்வது மிகச் சவாலான காரியமாகத்தான் இருந்தது. காரணம், இங்கிலாந்து மக்கள் பெரும்பாலானோரது மனநிலை மேட்டிமைத்தனம் நிறைந்ததே. அவர்களுக்கு அங்கே வாழும் விவசாயிகளின் பிரச்னைகள் புரிவதில்லை. அல்லது அவர்கள் புரிந்துகொள்ள மெனக்கிடுவதில்லை. அரசின் மனநிலையும் அப்படிப்பட்டதுதான். இதையெல்லாம் மீறி தங்கள் இயற்கை விவசாயப் பண்ணையின் நோக்கத்தை, முக்கியத்துவத்தை நுகர்வோர்களிடம் கொண்டு செல்ல டிம்மும் ஜோவும் அதிகம் போராட வேண்டியதிருந்தது.

'நான் ஆன்லைனில் பொருள் வாங்க மாட்டேன். உள்ளூர் வியாபாரியை ஆதரிக்கிறேன்' என்ற மனநிலை பல்வேறு மக்களிடம் இருந்தது. ஆனால், உள்ளூர் வியாபாரி விற்பனை செய்வது அயல்நாட்டுப் பொருளாகக்கூட இருக்கலாம் அல்லவா. ஆக, மக்கள் மனத்தில் மாற்றத்தைக் கொண்டுவர இடம்பெற டிம்மும் ஜோவும் போராடினார்கள். அதில் ஓரளவுக்கு வெற்றியும் பெற்றார்கள். ஹையர் ஹேக்னெல்லில் விளைந்த பொருள்களையும் இறைச்சியையும் வாங்குவதற்கான 'வாடிக்கையாளர் வட்டம்' ஒன்று நாளடைவில் உருவானது.

2001-ம் ஆண்டில் மிகப்பெரிய நெருக்கடி ஒன்றில் சிக்கினார்கள். பக்கத்துப் பண்ணை ஒன்றில் கால்நடைகள் நோய்வாய்ப்பட்டன. ஆடுகளும் மாடுகளும் மொத்தமாக இறந்து விழுந்தன. டின்னும் ஜோவும் அந்த நோயின் பாதிப்பு தங்கள் கால்நடைகளுக்குப் பரவாமல் பத்திரமாகப் பார்த்துக் கொண்டனர். ஆனால், வதந்தி பரவுவதை அவர்களால் தடுக்க முடியவில்லை. 'ஹையர் ஹேக்னெல் பண்ணை கால்நடைகளுக்கு மர்ம நோய். அதனால் இறந்துபோன கால்நடைகளின் இறைச்சியைத்தான் வெட்டி அனுப்புகிறார்கள்.' இதனால் அவர்களது வணிகம்

பெரிதும் பாதிக்கப்பட்டது. தவிர, அதனைப் பொய் என்று நிரூபிக்க மிகவும் பிரயத்தனப்பட வேண்டியதிருந்தது. டிம்மும் ஜோவும் உணவுத் திருவிழாக்கள், பொது நிகழ்ச்சிகள் என்று கலந்து கொண்டு தங்கள் இறைச்சியின் இயற்கையான தரத்தை நிரூபித்தார்கள். மீண்டும் மக்கள் மனத்தில் இடம்பிடித்தார்கள்.

இங்கிலாந்தில் Organic Meat Box என்பதை முதன் முதலில் செயல்படுத்தியவர்கள் டிம்மும் ஜோவும்தான். இன்றைக்கு அந்தத் தேசமெங்கும் அதிகம் விரும்பப்படும் ஆர்கானிக் இறைச்சியும் ஹையர் ஹேக்னெல் பண்ணையைச் சேர்ந்ததுதான். காரணம், வாடிக்கையாளர் ஒருவர் தான் முள்கரண்டியால் எடுத்து உண்ணும் இறைச்சித் துண்டு எந்தக் கால்நடையில் இருந்து வந்தது என்று தெரிந்து கொள்ளுமளவுக்கு பண்ணையிலிருந்து தெளிவாக முழு டேட்டா கொடுக்கிறார்கள். மாட்டுக்கறி பாக்ஸ், ஆட்டுக்கறி பாக்ஸ், கோழிக்கறி பாக்ஸ், வெண்பன்றிக்கறி பாக்ஸ் என்று பல்வேறு விதங்களில், வாரந்தோறுமோ அல்லது மாதந்தோறுமோ பெட்டிகள் நுகர்வோரைச் சென்றடைகின்றன. மாட்டிறைச்சி, ஆட்டிறைச்சி, கோழிக்கறி, வெண்பன்றிக்கறி எல்லாம் நிரம்பிய கலவையான இறைச்சிப் பெட்டிகளை விரும்பி வாங்கும் வாடிக்கையாளர்கள் அதிகம். 100% ஆர்கானிக் இறைச்சி என்பதன் சுவையை உணர்ந்தவர்கள் ஹையர் ஹேக்னெலை விட்டு நீங்குவதே இல்லை.

டிம், ஜோ தம்பதியின் மகனான ஜிம் இயற்கை விவசாய முறையில் காய்கறிகள், பழங்கள் பயிரிடுவதில் முழு கவனத்தைச் செலுத்தி வருகிறார். அதற்கான தனிச் சந்தையை உருவாக்கியிருக்கிறார். இந்தப் பண்ணையின் ஆப்பிள் சிடர் தோட்டத்திலிருந்து தயாரிக்கப்படும் இயற்கையான பழச்சாறு பாட்டில்களுக்கு எப்போதும் தேவை இருக்கிறது.

350 ஏக்கர் பரப்பளவு கொண்ட இந்த ஹையர் ஹேக்னெல் பண்ணையில் ஏராளமான பறவைகளும், சிறு உயிரினங்களும் மகிழ்ச்சியாக வசித்து வருகின்றன. இங்கிலாந்து தேசமெங்கும் அருகிப்போன ஸ்னைப்,

ஸ்கைலர்க் போன்ற பறவைகள் இங்கே வாழ்கின்றன. குறிப்பிட்ட பருவங்களில் வெளிநாட்டுப் பறவைகளும் வந்து போகும் சரணாலயமாகவும் ஹையர் ஹேக்னெல் விளங்குகிறது.

இங்கிலாந்து மக்களை இயற்கையை நோக்கித் திரும்பச் செய்வதில், இயற்கையாக விளைந்த பொருள்களை நுகரச் செய்வதில் டிம் - ஜோ தம்பதி வெற்றிகரமாகச் செயல்பட்டு வருகிறார்கள்.

பண்ணையில் திருமணம்!

ஹையர் ஹேக்னெல் பண்ணையில் 'திருமண நிகழ்வுகள்' அரங்கேறுவதற்கு டிம் - ஜோ தம்பதியினர் வழிசெய்து கொடுக்கிறார்கள். இயற்கையான சூழலில் ஆடு, மாடுகள் சூழ காதல் பார்வையுடன் மணமகன், மணமகளுக்கு மோதிரம் அணிவிக்க, வானம்பாடியின் இசைக்கு விருந்தினர்கள் வாழ்த்தொலி முழங்க திருமணம் ஆர்கானிக்காக அரங்கேறுகிறது. முழுக்க முழுக்கத் தங்கள் பண்ணையில் விளைந்த பொருள்களைக் கொண்டும், இறைச்சியைக் கொண்டும் ருசியான விருந்து சமைத்து அழகாகப் பரிமாறுகிறார்கள். இந்தத் திருமண வைபவங்கள், விருந்தினர்களுக்கு மறக்க முடியாத அற்புத அனுபவத்தைத் தருவதுடன் இயற்கையின் மகத்துவத்தையும் உணரச் செய்கின்றன.

09

வோ வான் தியெங்
வியட்நாமின் விடிவெள்ளி

பயிர்களை வளர்ப்பவன் விவசாயி. பயிர்கள் வளர்வதற்கு ஏற்ற அற்புதமான, இயற்கையான சூழலை உருவாக்கித் தருபவன் இயற்கை விவசாயி.

தென்கிழக்கு ஆசிய நாடான வியட்நாமின் முதுகெலும்பு விவசாயம்தான். வேளாண் பொருள்கள் ஏற்றுமதியினால்தான் அந்த நாட்டின் பொருளாதாரமே சற்று பொலிவுடன் இயங்கிக் கொண்டிருக்கிறது. திபெத்தில் உற்பத்தியாகி, சீனாவின் சில மாகாணங்கள் வழியாகப் பாய்ந்து, வேறு சில தேசங்களையும் கடந்து, வியட்நாமில் கடலில் கலக்கும் மேக்கொங் ஆறு, அந்த நாட்டின் விவசாயத்தின் உயிர் நீர். அந்த ஆற்றின் மீன் வளமும் வியட்நாமின் முக்கியமான வணிகப்பொருள். நமக்கு எப்படி காவேரி டெல்டாவோ, அதேபோல வியட்நாம் விவசாயிகளுக்கு மேக்கோங் டெல்டா.

மேக்கோங் நதி பாயும் ஓர் ஊரில் பிறந்து வளர்ந்தவர்தான் வோ வான் தியெங். டோங் தோப் என்ற மாகாணத்தின்

ஹாங் நு (Hong Ngu) என்ற சிறிய ஊர். விவசாயக் குடும்பம். நினைவு தெரிந்த நாள் முதலாகவே நெல் விவசாயம் சார்ந்த வாழ்க்கைக்குப் பழகியவர் தியெங். வயல் சேற்றில் விழுந்து எழுந்து விளையாடி, பிஞ்சுக் கரங்களால் நாற்று நடப் பழகி, கனவுகளிலும் களை பறித்து, அறுவடை தின ஆனந்தங்களை அனுபவித்த பால்ய வாழ்க்கை. விவசாயம் என்பது அவரது ரத்தத்தில் பச்சை அணுவாகவே கலந்திருந்தது.

இளைஞரான பிறகு தியெங், தேர்ந்தெடுத்தது ராணுவப்பணியை. கொஞ்சம் சம்பாதிக்கலாம், வாழ்க்கை அனுபவங்களைச் சேகரித்துக் கொள்ளலாம் என்ற எண்ணம். வெவ்வேறு இடங்களில் சில ஆண்டுகள் பணி. ஒரு கட்டத்துக்கு மேல் துப்பாக்கியைத் தூக்கிக் கொண்டு, கட்டளைகளுக்கு அடிபணிந்து ஓடுவதற்கு அவர் மனம் ஒப்பவில்லை. 'வயலும் வாழ்வும்தான் உனக்குச் சரிப்படும்' என்று உள்ளிருந்து ஒரு குரல் ஓங்கி ஒலித்தது. தேச சேவையை முடித்துக் கொண்டு ஊருக்குத் திரும்பினார். 'வயக்காட்டில் இருந்தே தேசத்துக்கான சேவையைத் தொடருகிறேன்' என்று அறிவித்தார் தியெங்.

'நீ பூச்சிக்கொல்லிகளை உபயோகப்படுத்தாவிட்டால் மொத்த பயிரையுமே பூச்சிகள் நாசமாக்கிவிடும். போட்ட பணம் அவ்வளவுமே நஷ்டமாகிவிடும். உனக்காக நான் பணம் தர மாட்டேன்' என்று தியெங்கின் தந்தை கோபமாகச் சொன்னார்.

அதன் உண்மையான அர்த்தம் அவரது குடும்பத்தினருக்குப் புரியவில்லை. சில காலம் கழித்து, 'விவசாயத்தைக் கற்றுக் கொண்டு வருகிறேன்' என்று தியெங் வீட்டை விட்டுக் கிளம்பினார். 'நமக்குத் தெரியாத விவசாயமா?' என்று தியெங்கின் பெற்றோர் குழப்பத்துடன் வழியனுப்பி வைத்தனர்.

தியெங், வியட்நாம் எங்கும் சுற்றினார்.

குறிப்பாக, எங்கெல்லாம் நெல் விவசாயம் நடைபெறுகிறதோ அங்கெல்லாம் சென்றார். வியட்நாமில் ஏறக்குறைய 33 மில்லியன் ஹெக்டேர் பரப்பளவில் நெல் பயிரிடப்படுகிறது. அதுவும் மூன்று விதமான சூழல் அமைப்பில் வேளாண்மை நடைபெறுகிறது. மேக்கோங் நதி பாயும் தெற்கு டெல்டா. அங்குதான் அதிக அளவில் நெல் பயிரிடப்படுகிறது. இரண்டாவது, பருவ மழையை நம்பியிருக்கும் வடக்கு டெல்டா பகுதி. மூன்றாவது, வடக்கு வியட்நாமின் மலைப்பகுதி. இங்கே குறைந்த அளவில் நெல் பயிரிடப்படுகிறது.

மேக்கோங் நதி பாயும் சுமார் 12 மாகாணங்கள் அடங்கிய பகுதி, 'வியட்நாமின் அரிசிக் கிண்ணம்' என்று அழைக்கப்படுகிறது. அங்கே வாழும் மக்களில் 80% பேர், நெல் பயிரிடும் விவசாயிகளே. தெற்கு டெல்டாவின் ஒவ்வொரு பகுதிக்கும் சென்றார் தியெங். பெரும்பாலும் வயல்களை செயற்கை உரங்களும், பூச்சிக்கொல்லிகளுமே ஆக்கிரமித்திருந்தன. விளைந்த அரிசி, இயற்கையின் குழந்தை போல் அல்லாமல் வேதியியல் உயிரியாகத் தெரிந்தது.

தியெங், வடக்கு டெல்டா பகுதிகளுக்குச் சென்றார். அங்கும் நிலைமையில் மாற்றமில்லை. யாரும் அரிசியின் தரம் பற்றிக் கவலைப்பட்டதாகவே தெரியவில்லை. அதிக விளைச்சல் என்பது மட்டுமே அவர்களது ஒரே

நோக்கமாக இருந்தது. காரணம், உலகில் அதிகம் அரிசி ஏற்றுமதி செய்யக்கூடிய நாடுகளில் இரண்டாவது இடம் வியட்நாமுக்குத்தான்.

அந்தத் தேசத்தின் பிரதான உணவு அரிசிதான். 75% மக்கள், மூன்று வேளையும் அரிசி உணவைத்தான் உண்கிறார்கள். அதில் பெரும்பாலோனோர் ஏழைகளே. வேதிப்பொருள்களால் விளைவிக்கப்படும் அரிசியைத் தொடர்ந்து உண்பதனால், கடந்த சில வருடங்களாக பெருகியிருக்கும் நோய்களின் தீவிரமும் தியெங்குக்குக் கவலை தந்தது.

வடக்கு வியட்நாமின் மலைப்பிரதேசங்களுக்குச் சென்ற போது தியெங்குக்கு ஆசுவாச மாக இருந்தது. அங்கே நெல் விளையும் நிலங்கள் குறைவு. ஆனால், அந்த மக்கள் பாரம்பரிய முறையை மாற்றாமல் விவசாயம் செய்து கொண்டிருப்பதைக் கண்டார். ஆம், அங்கே வேதியியல் மாற்றங்கள் இல்லாத இயற்கை விவசாயம் உயிர்ப்புடன் இருந்தது. சில காலம் அந்தப் பகுதியில் தங்கி, எது தேவை, எது தேவையில்லை என்று உணர்ந்துகொண்டு ஊருக்குத் திரும்பினார் தியெங்.

'இனி உரங்களையோ, பூச்சிக்கொல்லிகளையோ நான் தொடப்போவதில்லை. இயற்கையான முறையில் நெல் பயிரிடப்போகிறேன்' என்று தியெங், தன் பெற்றோரிடமும் சுற்றத்தாரிடமும் பெருமிதத்துடன் சொன்னார். அவர்கள் தியெங்கை விநோதமாகப் பார்த்தனர். 'நான் சொல்வதைக் கேளுங்கள். நாம் மொத்தமாக இயற்கை விவசாயத்துக்கு மாறிவிடுவோம்' என்று தியெங் அழுத்தமாகச் சொன்னபோது, 'உனக்குக் கிறுக்கு பிடித்துவிட்டது' என்று பெற்றோர் அவரது யோசனையைப் புறக்கணித்தனர்.

'நீ பூச்சிக்கொல்லிகளை உபயோகப்படுத்தாவிட்டால் மொத்த பயிரையுமே பூச்சிகள் நாசமாக்கிவிடும். போட்ட பணம் அவ்வளவுமே நஷ்டமாகிவிடும். உனக்காக நான் பணம் தர மாட்டேன்' என்று தியெங்கின் தந்தை கோபமாகச் சொன்னார். இவர்களிடம் பேசுவதால் பலனில்லை. நிரூபித்தால் மட்டுமே இவர்களை மாற்ற

முடியும் என்று உணர்ந்தார் தியெங். 'இரண்டு ஹெக்டேர் நிலத்தை மட்டும் எடுத்துக் கொள்கிறேன்' என்று வீட்டை விட்டுக் கிளம்பினார்.

அந்த நிலத்திலேயே சிறு குடிசை ஒன்றைப் போட்டுத் தங்கிக் கொண்டார். அத்தனை ஆண்டுகள் பயன்படுத்திய வேதிப்பொருள்களால் சிதைந்திருந்த அந்த இரண்டு ஹெக்டேர் மண், வளமிழந்து கிடந்தது. மண்ணுக்கு உயிரூட்ட தினமும் 16 மணி நேரம் உழைத்தார் தியெங்.

இலைகளும் தழைகளும் மக்கி மண்ணுக்கு வளம் கொடுத்தன. மண்புழுக்கள் அங்கே தோன்றி, நெளிய ஆரம்பித்தபோது நெகிழ்ந்து நின்றார் தியெங். குடிசை வீட்டுக்குள் உட்கார்ந்து கொண்டு பைத்தியக்காரன் ஏதோ செய்து கொண்டிருக்கிறான் என்பதாகத்தான் ஊரார் தியெங்கைக் கவனித்துக் கொண்டிருந்தனர். காலம் கடப்பதை நினைத்து அவர் வருந்தவில்லை. வரும் காலம் வசந்த காலம் என்று நம்பினார்.

தனது நிலம், வளமாகிவிட்டது, பயிரை விளைவிக்கத் தயாராகிவிட்டது என்று தன் மனத்துக்குத் தோன்றியபோது, தியெங் நெல் பயிரிடுவதைத் தொடங்கினார். இயற்கை விளைவிக்கும் எந்தப் பொருளிலும் உலகில் வாழும் எல்லா உயிர்களுக்கும் பங்கு இருக்கிறது என்று நினைத்தார். எனவே தனது வயலில் வாத்துகளை வளர்த்தார். தவளைகளைப் பெருக்கினார். மீன்களை வளர்த்தார்.

மாண்புமிகு விவசாயிகள் ❖ 67

இயற்கையான அந்த நிலத்தில் பூச்சிகளும் புழுக்களும் நிறையவே வளர்ந்தன. கொக்குகளும் நாரைகளும் வந்து போயின. எலிகளும் திரிந்தன. பாம்புகளும் தென்பட்டன. அங்கே உணவுச்சங்கிலி முழுமையடைந்தது. பூச்சிகள், இயற்கையான முறையிலேயே கட்டுப்படுத்தப்பட்டன. நெற்கதிர்கள் தலைகுனிந்தன. தியெங், தலைநிமிர்ந்து நின்றார். தனது பண்ணைக்குப் பெயர் ஒன்றை வைத்தார். TamViet Farm. 'வியட்நாமின் ஆன்மா' என்று அதற்குப் பொருள்.

அப்போதுகூட தியெங்கின் தந்தை, தன் மகனது செயலை அங்கீகரிக்கவில்லை. 'என்ன விளைச்சலே இல்ல? ரெண்டு ஹெக்டேருக்கு இவ்வளவுதான் கிடைக்கும்னா சரிப்பட்டு வராது' என்றார். துக்கம் விசாரிப்பதுபோல சுற்றத்தார் விளைச்சல் குறித்து விசாரித்தனர். தியெங் அவர்களது கேள்விகள் அனைத்துக்கும் மென்மையான புன்னகையை மட்டும் பதிலாகக் கொடுத்தார்.

தியெங், தனது பண்ணையில் விளைந்த 100% ஆர்கானிக் அரிசியை சந்தைக்குக் கொண்டு சென்றார். அதற்குக் கிடைத்த விலையைக் கண்டு மற்றவர்கள் வியந்து நின்றனர்.

வியட்நாமின் ஆன்மா, இரண்டு ஹெக்டேரிலிருந்து இருபது ஹெக்டேராக விரிந்தது. கூடுதலாக நிலத்தைக் கொடுத்துவிட்டு தியெங்கின் தந்தை அமைதியாக ஒதுங்கிக் கொண்டார். தியெங், கடுமையாக உழைத்தார். பொறுமையாகச் செயல்பட்டார். மொத்த நிலப்பரப்பையும் மீண்டும் இயற்கையின் வளத்தோடு மீட்பதற்கான கால அவகாசத்தை எடுத்துக் கொண்டார். அதுவரை பயிரிடவில்லை. உரிய வளத்துடன் நிலம் மீண்ட பிறகே பயிரிட்டார். அவருக்கு அள்ளிக் கொடுத்தது இயற்கை.

தியெங்கின் இயற்கைப் பண்ணையில் விளையும் அரிசிக்கென்று சந்தையில் தனி மதிப்பு உருவானது. குறிப்பாக வியட்நாமின் மாபெரும் அரிசிச் சந்தையான ஹோ சி மின் நகரச் சந்தையில், அதன் மதிப்பு பல மடங்கு அதிகரித்தது. தியெங் அதற்காக மூன்று போகம் நெல் பயிரிடவில்லை. 'மனித உடம்புக்கு ஓய்வு

தேவைப்படுவதுபோல, வயல்களுக்கும் ஓய்வு தேவை. எனவே நான் இரண்டு போகம் மட்டுமே பயிரிடுகிறேன்' என்றார். தனது இயற்கை விவசாயம் சார்ந்த பணிகள், செய்திகள் ஒவ்வொன்றையுமே சமூக வலைத்தளங்களில் பரப்பத் தொடங்கினார்.

சில ஆண்டுகளுக்கு முன்பு தியெங்கைப் பைத்தியக்காரன் போல பார்த்தவர்கள், இப்போது அவரை இயற்கை விவசாய ஆசானாகக் கருதித் தேடி வருகிறார்கள். குறிப்பாக, விவசாயத்தை விட்டு வேறு வேலைக்குச் சென்ற இளைஞர்கள், புதிய நம்பிக்கையுடன் தியெங்கை நாடிவந்து, வாரக்கணக்கில், மாதக்கணக்கில் அங்கேயே தங்கி இயற்கையிடம் பாடம் படிக்கிறார்கள். மேக்கோங் டெல்டா பகுதியில் இயற்கை விவசாயம் நோக்கி மீண்டும் திரும்புவதற்கான முதல் மாற்றத்தை தியெங் உண்டாக்கியிருக்கிறார். அதன் அருமையைப் பலரும் உணரத் தொடங்கியிருக்கிறார்கள். ஒரு வழியாக, தியெங்கின் குடும்பத்தினரும் இயற்கையின் பாதைக்குத் திரும்பிவிட்டனர். வியட்நாமிய அரசும், தியெங்கின் இயற்கை விவசாயம் சார்ந்த முயற்சிகளைப் பாராட்டி அங்கீகரித்திருக்கிறது.

2017-ம் ஆண்டில் தன் பண்ணையில் கிளப் ஹவுஸ் ஒன்றைத் தொடங்கினார். ஆய்வாளர்கள், அறிவியலாளர்கள், வியாபாரிகள், விவசாயிகள் என்று பலதரப்பட்டோரும் அங்கே வந்து தங்கி இயற்கை விவசாயத்தின் அருமை, பெருமைகள் உணர்ந்து கொள்வதற்கான ஏற்பாடு அது. தியெங்கின் விடாமுயற்சியால் நல்ல மாற்றங்கள் நிகழத் தொடங்கியிருக்கின்றன. வியட்நாமின் இயற்கை விவசாய விடிவெள்ளியாக தியெங் ஒளிர்ந்து கொண்டிருக்கிறார்.

'என் தேசத்தில் அனைவரும் இயற்கை விவசாயம் நோக்கித் திரும்புவதற்கு இன்னும் பல காலம் ஆகலாம். எனக்கு ஓர் ஆசை உண்டு. ஏழையோ, பணக்காரரோ, ஒவ்வொரு வியட்நாமியரும் இயற்கையாக விளைந்த, ஆரோக்கியமான அரிசியை உண்ணும் அந்த அருமையான காலம் வரவேண்டும்.'

10

டிரினிடி சாயோ

மஞ்சள் தேவதை!

**ஓர் இயற்கை விவசாயி தன்
பயிர்த்தொழிலில்
வெற்றியடையும்போது,
அவன் சார்ந்த சமூகத்தின்
ஆரோக்கியம் மேம்படுகிறது.**

மேகாலயாவின் மேற்கு ஜெயின்டியா மலைப்பகுதியில் அமைந்த முலியா என்ற கிராமம். சுமார் இருநூற்றுச் சொச்சம் குடும்பங்கள் மட்டும் வசிக்கும் விவசாய பூமி அது. மஞ்சள் பயிரிடுதலே முக்கியமான தொழில். அந்தக் கிராமத்தில் பிறந்து வளர்ந்த பழங்குடி இனப்பெண்தான் டிரினிடி சாயோ. அவரது தாய்க்கும் மஞ்சள் பயிரிடுதலே தொழில்.

அந்தப் பழங்குடி இனத்தினர் தாய்வழிச் சமூக நடைமுறை களை பின்பற்றுபவர்கள். எனவே, வீட்டுத்தலைவி வைப்பதே சட்டம். குடும்பத்தை நிர்வகிப்பது எல்லாம் பெண்களே. சாயோவின் தாய், தன் மகளைப் படிக்க வைக்க வேண்டும் என்பதில் உறுதியாக இருந்தார். படித்து

முடித்த சாயோ, பள்ளி ஒன்றில் ஆசிரியையாக வேலைக்கும் சேர்ந்தார். திருமணம் ஆனது. ஆறு குழந்தைகள் பிறந்தன. ஆசிரியையாகவும் பணியாற்றியபடியே தன் குழந்தைகளை வளர்த்தார் சாயோ.

குடும்பத்தின் தேவைகள் பெருகின. விவசாயத்திலும் ஈடுபட்டு கூடுதல் வருமானம் ஈட்டலாம் என்று சாயோ முடிவெடுத்தார். விவசாயம் என்றாலே அங்கே மஞ்சள்தான் முதன்மையான பயிர். அதிக மழைப்பொழிவையும், வளமான மண்ணையும், அற்புதமான ஈரப்பதத்தையும் கொண்ட மேகாலயாவின் சூழல் மஞ்சள் பயிரிடுதலுக்கு மிகவும் ஏற்றது. சாயோ, தன் சிறு வயதில் எங்கெங்கும் மஞ்சள் தோட்டங்களை கண்களுக்கு நிறைவாக உணர்ந்திருக்கிறார். ஆனால், காலப்போக்கில் அங்கே மஞ்சள் விவசாயம் குறைந்து போயிருந்தது. காரணம்?

மேகாலயாவின் நிலக்கரிச் சுரங்கத்துக்குப் பலரும் கூலி வேலைக்குச் செல்ல ஆரம்பித்திருந்தனர். விவசாயித்தில் கிடைக்கும் லாபத்தைவிட, சுரங்கத்தின் மூலம் அதிகம் வருமானம் கிடைத்தது. எனவே அந்தப் பகுதியில் மஞ்சள் உற்பத்தி என்பது குறைந்து போயிருந்தது.

2003-ம் ஆண்டில் சாயோ, மஞ்சள் விவசாயத்தில் இறங்க முடிவெடுத்தார். அதுகுறித்து நிறைய கற்றுக் கொள்ளவும் களமிறங்கினார். மஞ்சள் என்றாலே அதில் உள்ளடங்கியிருக்கும் குர்குமின் வேதிப்பொருளின் அளவுதானே முக்கியம். மஞ்சள் கிழங்கின் நடுப்பகுதியில் அமைந்திருக்கும் இளஞ்சிவப்பு நிற சதைப்பகுதியில்தான் இந்த குர்குமின் வேதிப்பொருள் அமைந்துள்ளது. இதுவே மஞ்சளின் நிறம், சுவை, மணம், தரத்தை நிர்ணயிக்கிறது. குர்குமினின் அளவு 5 சதவிகிதத்துக்கு மேல் இருந்தால் நல்ல தரமான மஞ்சள். தமிழகத்தின் மஞ்சள் சந்தை என்றழைக்கப்படும் ஈரோட்டு மஞ்சளில் 3 முதல் 5 சதவிகிதம் வரை குர்குமின் அளவு காணப்படுகிறது. 3 சதவிகிதத்துக்குக் குறைவாக இருந்தால் அது தரம் குறைந்த மஞ்சள்.

குர்குமின் அளவு அதிகமான மஞ்சள் நல்ல கிருமி நாசினி. நோய் எதிர்ப்புச் சக்தியை அதிகரிக்கும் தன்மை

கொண்டது. புற்றுநோய்க்கு மருந்து என்று ஆய்வுகள் தெரிவிக்கின்றன. சாயோ, தங்கள் ஊரில் அப்போது விளைவிக்கப்பட்ட லகாசீன் (Lakachein) ரக மஞ்சளில் குர்குமினின் அளவு இரண்டுக்கும் குறைவுதான் என்று தெரிந்துகொண்டார். அதனால் அந்த மஞ்சள் ரகத்துக்குக் குறைவான விலையே கிடைத்தது. மஞ்சள் விவசாயத்தில் பெரிய லாபம் இல்லாத நிலையிலும் அதையே தொடர்ந்து அவர்கள் விளைவித்துக் கொண்டிருந்தார்கள். பெரும்பாலும் படிப்பறிவற்ற தனது ஊர் விவசாயிகளுக்கு மஞ்சளின் தரம் குறித்த புரிதல் இல்லை என்று சாயோ தெரிந்து கொண்டார்.

அவர், தோட்டக்கலைத் துறையின் உதவியை நாடினார். அங்கே சென்று மஞ்சள் பயிரிடுவதற்கான பயிற்சிகளை எடுத்துக் கொண்டார். அதேசமயம், மேகாலயாவில் தங்களது முன்னோர்கள் எந்த ரக மஞ்சளைப் பயிரிட்டார்கள் என்று தேட ஆரம்பித்தார். அப்போது லகாடாங் (Lakadong) என்ற பாரம்பரிய மஞ்சள் ரகம் குறித்து தெரிய வந்தது. அதில் குர்குமின் 6 முதல் 7.5 சதவிகிதம் வரை உண்டு என்ற தகவல் சாயோவுக்கு மகிழ்ச்சியைக் கொடுத்தது. அந்த மஞ்சள் பொக்கிஷம் தங்கள் முன்னோர்களால் இயற்கையான முறையில் பயிரிடப்பட்டிருக்கிறது. அப்போதெல்லாம் மேகாலயாவின் மஞ்சளுக்கு நல்ல மதிப்பு இருந்தது என்ற தகவல்கள் சாயோவுக்குத் தெம்பூட்டின.

> **'என் நோய்க்கான மருந்து வாங்கக்கூட காசில்லாமல்தான் இருந்தேன். லகாடாங் மஞ்சள் விவசாயம் செய்ய ஆரம்பித்த பிறகு எனக்கு பணம் பிரச்னையில்லை. வீடு ஒன்றைக் கட்டிக் கொண்டு ஆரோக்கியமாக வாழ்கிறேன்'**

தோட்டக்கலைத்துறை, விவசாயத்துறை மற்றும் நறுமணப் பொருள்கள் வாரியம் ஆகியவற்றின் உதவியுடன், லகாடாங் மஞ்சள் ரகத்தை மீண்டும் பயிரிடும் முயற்சியை ஆரம்பித்தார் சாயோ. தன் நிலத்தில் அதற்கான விதை மஞ்சளை விதைத்தார். முழுக்க முழுக்க இயற்கையான முறையில் மஞ்சளை விளைவித்தால் மட்டுமே குர்குமினின் அளவு கூடுதலாகக் கொண்ட மஞ்சள் கிழங்குகள் கிடைக்கும் என்பதில் சாயோ தெளிவாக இருந்தார். மஞ்சள் கிழங்குகள் விளைய ஆரம்பித்த தருணத்தில் இலைச்சுருட்டுப் புழுக்களும், நூற்புழுக்களும் இலைப்பேன்களும் அராஜகம் செய்ய ஆரம்பித்தன. அதற்காக சாயோ, வேதியியல் பூச்சிக் கொல்லிகளைக் கையில் எடுக்கவே இல்லை. பசுஞ்சாணம், கோமியம், பஞ்சகவ்யம் என்று முழுக்க முழுக்க இயற்கையான முறையிலேயே பூச்சிகளைத் தடுக்கும் நுட்பங்களைக் கையாண்டார். மண்புழு உரம் நல்ல விளைவுகளைத் தந்தது.

முதல் முயற்சியிலேயே சாயோவின் தோட்டத்தில் லகாடாங் மஞ்சள் கிழங்குகள் திரட்சியுடன் விளைந்திருந்தன. சந்தையில் அந்த லகாடாங் ரக மஞ்சளுக்கு, லகாசீன் ரக மஞ்சளைவிட மூன்று மடங்கு அதிக விலை கிடைத்தது. விஷயத்தைக் கேள்விப்பட்ட அக்கம் பக்கத்து மக்களும், அருகில் வசிக்கும் ஊர்த் தலைவர்களும் சாயோவைத் தேடி வரத் தொடங்கினர். கற்றுக்கொடுக்கும் ஆசிரியை அல்லவா. தம் மக்களுக்கு இயற்கை மஞ்சள் விவசாயத்தையும் மகிழ்வுடன் கற்றுக் கொடுக்கத் தொடங்கினார்.

ஆரம்பத்தில் சுமார் 25 விவசாயிகள், சாயோவிடம் பயிற்சி பெற்றனர். முதல் சவால், லகாடாங் விதை மஞ்சள் விலை அதிகமாக இருந்தன. அவற்றை மானிய விலையில் விவசாயிகளுக்கு வழங்க வேண்டும் என்று விவசாயத்துறையினரிடம் தொடர்ந்து கோரிக்கை வைத்தார் சாயோ. மானியம் கிடைத்தது. மேற்கு ஜெயின்டியா மலைப்பகுதியின் மஞ்சள் தோட்டங்கள் கொஞ்சம் கொஞ்சமாக இயற்கை விவசாயத்தை நோக்கித் திரும்பத் தொடங்கின.

அடுத்தடுத்த ஆண்டுகளில் 25 பேர், 50 பேராக உயர்ந்தார்கள். ஐம்பது என்பது நூறையும் தாண்டியது. மஞ்சளை விளைவித்தால் மட்டும் போதுமா. அதற்கான சந்தையையும் உருவாக்கினால்தானே விவசாயி புன்னகையுடன் வாழ முடியும். அந்த முயற்சிகளையும் சாயோ மேற்கொண்டார். மேகாலயாவின் பிற பகுதிகளுக்கும், வட கிழக்கு மாநிலங்களுக்கும் லகாடாங் மஞ்சளைக் கொண்டு செல்ல அரசின் உதவியை நாடினார். 'ஆர்கானிக் மஞ்சள்' என்ற அரசின் சான்றிதழ் அந்த விளைபொருள்களுக்குக் கிடைத்தது. அது புதிய சந்தை வாய்ப்புகளை உருவாக்கியது.

2014-ம் ஆண்டு. சுற்றுச்சூழல் சீர்கேடு காரணங்களை முன்வைத்து மேகாலயா நிலக்கரிச் சுரங்கத்தை மூடச்சொல்லி தேசிய பசுமைத் தீர்ப்பாயம் உத்தரவிட்டது. அந்தப் பகுதி மக்கள் பலரும் வேலை இழந்தனர். மீண்டும் விவசாயத்துக்குத் திரும்பும் சூழல். மஞ்சள் முகத்துடன் பசுமையான புன்னகையுடன் அவர்களை வரவேற்றார் சாயோ. பக்கத்து கிராமங்களுக்குச் சென்று நறுமணப் பொருள்கள் வாரியத்தின் உதவியுடன் விவசாயிகளுக்கு லகாடாங் மஞ்சள் பயிரிடப் பயிற்சிகள் கொடுத்தார். லகாடாங் விதை மஞ்சளுக்கான தேவை அதிகரித்தது. விவசாயிகளின் கோரிக்கைகளாலும், சாயோவின் இடையறாத முயற்சிகளாலும் 2018 முதல் அந்த விதை மஞ்சளை இலவசமாக வழங்க அரசு ஒப்புக்கொண்டது.

ஜெயின்டியா பகுதியில் *Life Spice Federation of Self-Help Groups* என்ற மகளிர் சுய உதவிக்குழு முன்பு இயங்கி வந்தது. பின்பு முடங்கிப் போனது. அதற்கு மீண்டும் உயிர்

கொடுத்தார் சாயோ. அதன் மூலம் மஞ்சள் சேமிப்புக் கிடங்கு ஒன்றைத் தொடங்கினார். லகாடாங் மஞ்சளைக் கொள்முதல் செய்வது, அவற்றைச் சீவிக் காய வைப்பது, சேமித்துப் பராமரிப்பது, மஞ்சள் பொடி தயார் செய்வது, அவற்றை பேக் செய்வது, விற்பனைக்கு அனுப்புவது போன்ற பணிகள் அங்கே மேற்கொள்ளப்படுகின்றன. இதன் மூலம் பல பெண்களுக்கு வேலை வாய்ப்புகளை உருவாக்கித் தந்திருக்கிறார் சாயோ.

அவரது முயற்சியால் Leng Skhem Spice Producer Industrial Cooperative Society என்ற பெயரிலான கூட்டுறவுச் சங்கமும் இயங்கிக் கொண்டிருக்கிறது. லகாடாங் மஞ்சளுக்கான புதிய சந்தை வாய்ப்புகளை விரிவாக்குவதிலும், விவசாயிகளுக்கு நல்ல விலையைப் பெற்றுத் தருவதிலும் இந்தக் கூட்டுறவுச் சங்கம் சிறப்பாகச் செயலாற்றுகிறது. வடகிழக்கு மாநிலங்கள் மட்டுமல்லாமல், மேற்கு வங்கம், கேரளா, கர்நாடகாவிலும் லகாடாங் மஞ்சளுக்கான சந்தை விரிவடைந்துள்ளது. படிப்பறிவில்லாத மேகாலயப் பழங்குடிப் பெண்கள் விளைவிக்கும் லகாடாங் ஆர்கானிக் மஞ்சள் தூளுக்கு, இப்போது ஆன்லைன் ஸ்டோர்களில் நல்ல கிராக்கியும் உண்டாகியிருக்கிறது.

மார்தினா தார் என்ற ஏழைப்பெண் விவசாயி, 'இரண்டு வேளை உணவுக்குக்கூட கஷ்டப்பட்ட நான் இப்போது சொந்தமாக வீடு கட்டி தன்னிறைவுடன் வாழ்கிறேன்' என்று

புன்னகை செய்கிறார். காசநோயால் பாதிக்கப்பட்டிருந்த ரோசா தார் என்ற பழங்குடிப் பெண் விவசாயி, 'என் நோய்க்கான 'மருந்து வாங்கக்கூட காசில்லாமல்தான் இருந்தேன். லகாடாங் மஞ்சள் விவசாயம் செய்ய ஆரம்பித்த பிறகு எனக்கு பணம் பிரச்னையில்லை. வீடு ஒன்றைக் கட்டிக் கொண்டு ஆரோக்கியமாக வாழ்கிறேன்' என்று நிறை வார்த்தைகள் பகிர்கிறார். நிலமற்ற நூற்றுக்கணக்கான விவசாயிகள், லகாடாங் மஞ்சளால் இப்போது சொந்த நிலங்களில் மகிழ்ச்சியாக விவசாயத்தைத் தொடர்கின்றனர். சாயோ என்ற ஒற்றைப் பெண் முன்னெடுத்த இயற்கையான முயற்சிகளால் மேகாலயாவின் ஜெயின்டியா மலைப்பகுதியில் சுமார் 900 விவசாயிகளின் வாழ்க்கை வளமாக மாறியிருக்கிறது. லகாடாங் மஞ்சள் உற்பத்தியால் மேகாலய அரசின் பொருளாதாரமும் மேம்பட்டிருக்கிறது.

பேரன், பேத்திகள் எடுத்துவிட்டார் சாயோ. இன்னமும் ஓர் ஆசிரியையாக, பெண்களுக்குக் கல்வி அறிவு ஊட்டும் பணிகளிலும் ஈடுபட்டுக் கொண்டிருக்கிறார். ஏகப்பட்ட மரக்கன்றுகளை உருவாக்கி, மேகாலயாவின் வனப்பகுதியைக் காக்கும் முயற்சிகளையும் தொடர்கிறார். அந்தச் சமூகத்தின் வழிகாட்டியாக வலம் வந்து கொண்டிருக்கிறார். 2023-ம் ஆண்டுக்குள் 50000 டன் லகாடாங் மஞ்சள் உற்பத்தி என்பதே சாயோவின் அடுத்த இலக்கு.

மத்திய வேளாண் அமைச்சகத்தின் 'சிறந்த விவசாயி' விருது பெற்ற சாயோவுக்கு, 2020-ம் ஆண்டில் பத்மஸ்ரீ விருது வழங்கப்பட்டிருக்கிறது.

சாயோ - மேகாலயாவின் மஞ்சள் தேவதை!

11

காமா மபிவே
மிளகாய் மன்னன்

ஒரு விவசாயி, தனது நிலத்தின் நலம் குறித்து அக்கறை கொண்டவனாக இருக்க வேண்டும். அடுத்த தலைமுறைக்குத் தன் நிலத்தை வளமானதாக விட்டுச் செல்வதற்காகப் பாடுபட வேண்டும்.

ஸாம்பியா, தெற்கு ஆப்பிரிக்க நாடுகளில் ஒன்று. பிற ஆப்பிரிக்க நாடுகளுக்கு உரிய சர்வ பிரச்னைகளும் கொண்ட நாடு. பெரும்பாலான ஆப்பிரிக்க நாடுகளைப் போலவே இங்கும் விவசாயம்தான் பிரதான தொழில். அதை நம்பித்தான் பெரும்பாலான மக்களின் பிழைப்பு இருக்கிறது. ஆனால், அவர்கள் விளைவிப்பதை அவர்களே வைத்து உண்டு பிழைத்துக் கொண்டால் போதும் என்ற அளவுக்கான மிகவும் பாவப்பட்ட விவசாயிகள் ஸாம்பியாவில் அதிகம். விற்பனைக்கு என்று உபரி எதுவும் மிஞ்சாது. 60 சதவிகிதத்திற்கும் மேற்பட்டோர் பரம்பரை பரம்பரையாக வறுமைக் கோட்டுக்குக் கீழ் இருப்போர். அதன் சதவிகிதம் கிராமங்களில் 77-க்கும் மேல்.

இப்படிப்பட்ட தேசத்தில் சாதாரணமான விவசாயக் குடும்பத்தில் 1964-ம் ஆண்டில் பிறந்தவர் காமா மபிவே (Kama Mbewe). சிபாடா என்ற சிறிய விவசாயக் கிராமம்தான் சொந்த ஊர். பிஞ்சுக் கரங்களினால் மண்வெட்டி பிடிக்கப் பழகிக் கொண்டார். ஆடுகளும் மாடுகளும் அண்ணன் தம்பிகளாக வளர்ந்தன. வயல் வேலை என்பது அவரது பால்யத்தோடு கலந்த ஒன்றாகத்தான் இருந்தது. காலை எழுந்த உடன் வயல் வேலை - பின் கல்வி கற்கப் பள்ளிக்கூடம் - மாலை முழுவதும் மீண்டும் வயல் வேலை என்று வழக்கப்படுத்திக் கொண்டார் மபிவே.

படித்து நல்ல வேலைக்குப் போக வேண்டும் என்றுதான் மபிவேவின் பெற்றோர்களும் ஆசைப்பட்டனர். மபிவேவின் சகோதரர்களுக்குப் படிப்பு சரியாக வரவில்லை. அவர்கள் வயலையே வாழ்வாக எடுத்துக் கொண்டனர். ஆனால், மபிவேக்குப் படிப்பில் நாட்டமிருந்தது. கணக்கிலும் கணக்கியலிலும் ஆர்வம் இருந்தது. Zambia Centre for Accountancy Studies-ல் கணக்கியலும் நிதி மேலாண்மையும் பயின்றார். 1986-ம் ஆண்டில் அது சார்ந்த பணி கிடைத்தது. உட்கார்ந்து பார்க்கும் வேலை. உழுது களைக்க அவசியமில்லை. மழை வருமா என்று வானம் பார்த்திருக்கவும் தேவையில்லை. மாதச் சம்பளம் மணிபர்ஸுக்குத் தவறாமல் வந்துவிடும். மபிவே, அந்த நைன் டூ ஃபைவ் வாழ்க்கைக்குப் பழகியிருந்தார்.

அப்படியே இருபது வருடங்கள் ஓடிப்போயின. அந்த வாழ்க்கை மபிவேக்கு அலுக்க ஆரம்பித்திருந்தது. நெல்லாடிய நிலம் எங்கே என்று மனம் வயலோரமாக அலையத் தொடங்கியிருந்தது. அறைக்குள் இருந்ததை

'இயற்கையான முறையில் நீங்கள் விளைபொருள்களைக் கொடுத்தீர்கள் என்றால் நான் நல்ல விலைக்கு வாங்கிக் கொள்கிறேன்' என்று அவர்களுக்கு நம்பிக்கை கொடுத்தார். மாற்றம் கொஞ்சம், கொஞ்சமாக நிகழ்ந்தது.

விடவும் மனத்துக்குள் புழுக்கம் அதிகமாகி இருந்தது. வெளியில் அக்கவுண்டன்டாகத் தெரிந்தாலும், அவரது ஆணிவேரானது விவசாயியின் மகனாகவே உயிர்த்திருந்தது.

2006. நல்லதொரு நாளில் தன்னை இறுகப் பற்றியிருந்த வரவு செலவு எண்களை எல்லாம் உதறித் தள்ளினார் மபிவே. ஆம், ஆடிட்டர் ஆபிஸ் வேலைக்கு குட்பை சொன்னார். நான் விவசாயம் பார்க்கப் போகிறேன் என்றார். யாரும் பெரிதாக எடுத்துக் கொள்ளவில்லை. குடும்பத்தில் அவருக்கான பங்காக 15 ஏக்கர் நிலம் கையில் இருந்தது. என்ன பயிரிடலாம், எப்படி லாபம் பார்க்கலாம் என்று மபிவே யோசிக்கவில்லை. இயற்கை விவசாயம் கற்றுக்கொள்ள வேண்டும் என்று முடிவெடுத்திருந்தார்.

மபிவேவின் மனைவியும் ஆடிட்டர் ஆபிஸ் பணியாளர்தான். அவர், மபிவேயின் இயற்கை விவசாய முயற்சிக்குப் பரிபூரண ஆதரவு கொடுத்தார். கையில் ஒன்றரை லட்ச ரூபாய் முதலீடாக வைத்திருந்தார்கள். ஆனால், எப்படித் தொடங்குவது, யாரிடம் கற்றுக் கொள்வது என்று ஒன்றும் புரியவில்லை. இயற்கை விவசாயம் செய்யும் நபர் என்று அந்தப் பிரதேசத்தில் யாருமே இல்லை. 'நல்ல விஷயம் செய்ய வேண்டும் என்று நினைக்கிறோம். ஆனால், வழி தெரியவில்லையே' என்று தூக்கமில்லாத இரவுகளில் மபிவே புலம்புவது வாடிக்கையானது.

அருகிலிருந்த காஸிஸி விவசாயப் பயிற்சி மையத்தை அணுகினார். அங்கே வழிகாட்டச் சிலர் கிடைத்தனர். முதல் விஷயம் என்ன? மலடாகிக் கிடக்கும் மண்ணை வளப்படுத்த வேண்டும். மபிவே அதற்கான விஷயங்களைக் கற்றுக் கொண்டார். வெகு நிதானமாக ஒவ்வொரு விஷயமாகத் தெரிந்து கொண்டார். எதையெல்லாம் செய்யவே கூடாது என்பது தெளிவு கொண்டார். இது பரிசோதனை முயற்சி அல்ல. தன் வருங்காலமே இயற்கை விவசாயம்தான் என்ற எண்ணத்தில் உறுதியாக இருந்தார்.

மலட்டுத்தன்மை கொண்ட மண், மண் புழுக்களுடன் உயிர்க்கத் தொடங்கிய தருணத்தில் எதை விதைக்கலாம் என்று யோசித்தார். மிளகாய் விதைகளைக் கையில் எடுத்தார். அங்கே மிளகாயின் தேவை என்பது அவ்வளவு

மாண்புமிகு விவசாயிகள் ❖ 79

காமா மபிவே

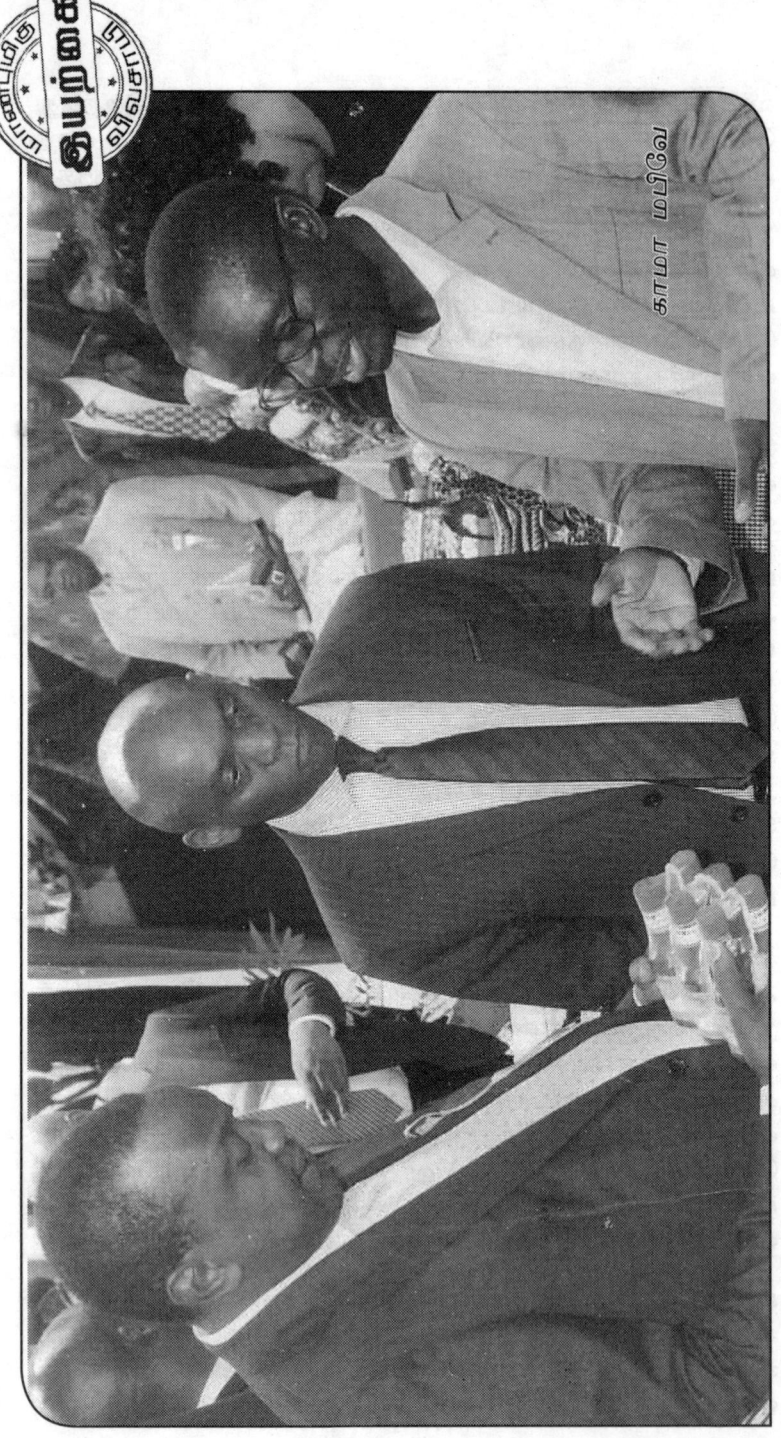

இல்லை. மிளகாய்க் கரைசலைக் கொண்டு இயற்கையான பூச்சிக்கொல்லியாகப் பயன்படுத்தலாம். அப்படி இருக்கும்போது மபிவே, மிளகாயை மட்டும் பிரதான பயிராகப் பயிரிட்டார். காரமாகக் காய்த்துத் தொங்கிய மிளகாய், மபிவேவின் வாழ்க்கைக்கு இனிமையான வழிகாட்டியது.

இயற்கை விவசாயத்தில் விளைவித்த மிளகாய் என்றால் எவருக்கும் அதன் மதிப்பு புரியவில்லை. சந்தையில் அதற்கான தேவையும் குறைவாகத்தான் இருந்தது. எந்த ஒரு விவசாயியும் தன் விளைபொருளைச் சந்தைக்குக் கொண்டு சென்று, நிறைவுடன் விற்று, நினைத்த லாபத்துடன் வீடு திரும்பியதாகச் சரித்திரம் பூகோளத்தில் எங்கும் கிடையாதல்லவா.

மூட்டை மூட்டையாக இருக்கும் மிளகாயை என்ன செய்யலாம் என்று யோசித்தார் மபிவே. எந்த ஒரு பொருளையும் அதன் மதிப்புக்கூட்டி விற்றால் கவனம் கிடைக்கும் என்று நினைத்தார். மிளகாயை என்ன செய்யலாம்? மிளகாய் வற்றலாக மாற்றலாம். காய்ந்த மிளகாயைத் தூள் செய்து விற்கலாம். அப்புறம் மிளகாயைக் கொண்டு 'சாஸ்' தயாரிக்கலாம். மபிவேக்குள் மறைந்து கிடைந்த தொழில்முனைவோர் விழித்துக் கொண்டார்.

ஸாம்பிய மக்களுக்கு மிளகாய் சாஸ் பிடிக்கும். அதுவும் மிளகாயும் பூண்டும் கலந்த சாஸ் என்றால் மிகவும் பிடிக்கும். மார்க்கெட்டில் கிடைப்பதெல்லாம் அயல்நாட்டுச் சரக்குகளே. அசல் ருசியுடன், அடக்கமான விலையில், உள்ளூர்ச் சரக்கை எடுத்துச் சென்றால் வேண்டாம் என்றா சொல்லப் போகிறார்கள்!

மிளகாயுடன், பூண்டும் வெங்காயமும் இயற்கையான முறையில் பயிரிடத் தொடங்கினார் மபிவே. சில தடுமாற்றங்களுக்குப் பிறகு அவையும் செழித்து விளையத் தொடங்கின. எந்திரங்களை வாங்கி சாஸ் தயாரிக்கும் சிறு தொழிற்சாலை ஒன்றைக் கட்டமைத்தார். இயற்கையான பொருள்கள். சிவந்த சாஸ். காரமும் புளிப்பும் சற்றே இனிப்பு கலந்த சிறப்பான சுவை. *Lumuno* என்று தனது

பிராண்டுக்குப் பெயர் வைத்தார். அந்தச் சொல்லுக்கு 'அமைதி' என்று அர்த்தம். அமைதியான புரட்சி படிப்படியாக அரங்கேறியது.

மபிவே, தனது தொழிற்சாலையின் தேவைக்காக கூடுதல் மிளகாய், பூண்டு, வெங்காயம் உள்ளிட்ட பொருள்களை விளைவிக்க வேண்டியதிருந்தது. தனது ஊரைச் சேர்ந்த, தனது பிரதேசத்தைச் சேர்ந்த விவசாயிகளை, இயற்கை விவசாயிகளாக மாற்றும் வேலையைத் தொடங்கினார். 'இயற்கையான முறையில் நீங்கள் விளைபொருள்களைக் கொடுத்தீர்கள் என்றால் நான் நல்ல விலைக்கு வாங்கிக் கொள்கிறேன்' என்று அவர்களுக்கு நம்பிக்கை கொடுத்தார். மாற்றம் கொஞ்சம், கொஞ்சமாக நிகழ்ந்தது.

Lumuno சாஸ் ரகங்கள், ஸாம்பியாவின் பல நகரங்களைச் சென்றடைந்தன. ஸாம்பியர்கள் விரும்பும் உன்னத சாஸாக உயர்ந்தன. ஆப்பிரிக்கர்கள் விரும்பும் ஆர்கானிக் சாஸாக சந்தையை விரிவுபடுத்தும் நோக்குடன் உழைப்பை விரிவுபடுத்தினார் மபிவே. 2015-ம் ஆண்டில் அவரது மனைவி இறந்தபோது மனம் உடைந்து நின்றார். மிளகாய்ச் செடிகள் அவரை மீட்டுக் கொண்டு வந்தன.

ஸாம்பிய அரசின் விவசாயத் துறையின் ஆதரவு மபிவேக்குக் கிடைத்தது. அரசின் உதவியுடன் ஐநூறுக்கும் மேற்பட்ட விவசாயிகளுக்கு இயற்கை விவசாயத்தில் பயிற்சி அளித்து அவர்களையும் நல்வழிப்படுத்தியிருக்கிறார் மபிவே. தவிர, சர்வதேச அமைப்புகள் சிலவும் மபிவேவின் உதவியுடன் ஆப்பிரிக்க விவசாயிகளுக்கு இயற்கை விவசாய வகுப்புகள் எடுக்கும் காரியத்தைச் செய்து வருகின்றன.

இப்போது *Lumuno* சாஸ் தயாரிக்கும் தொழிற்சாலையில் 12 பணியாளர்கள் வேலை பார்க்கின்றனர். மாதந்தோறும் சுமார் 20000 சாஸ் பாட்டில்கள் அங்கே தயாரிக்கப்படுகின்றன. அவை தென் ஆப்பிரிக்காவின் சூப்பர் மார்க்கெட்களில் 'ஹாட் சேல்' ஆகின்றன. தவிர, ஆப்பிரிக்காவின் பல நாடுகளுக்கும் ஏற்றுமதி செய்யப்படுகின்றன. இயற்கை விவசாயத்தில் விளைந்த பொருள்களை மதிப்புக்கூட்டும் பொருள்களாக மாற்றினால் புதிய சந்தை வாய்ப்பு உருவாகும். அதன் மூலம் தேசத்தின் ஏற்றுமதியை அதிகரித்து பொருளாதாரத்தை உயர்த்தலாம் என்று ஸாம்பிய அரசுக்குப் புதிய பாதை காட்டியிருக்கிறார் மபிவே.

800-க்கும் மேற்பட்ட சிறு, குறு இயற்கை விவசாயிகளின் வாழ்க்கை, மபிவே என்ற ஒற்றை மனிதரால், அவரது இயற்கையை நோக்கிய பாதையால் வளமடைந்திருக்கிறது. வயிற்றுக்கே உணவில்லாமல் திரிந்தவர்கள், அடுத்தவர்களுக்கு உதவும் அளவுக்கு வாழ்க்கையில் உயர்ந்திருக்கிறார்கள். ஸாம்பிய இயற்கை விவசாயிகள், தங்களது 'இயற்கை விவசாய குரு' என்று மபிவேவை அழைக்கிறார்கள். மபிவே, ஸாம்பியாவின் ஏழைக் குழந்தைகள் பலரது கல்வித் தேவைகளுக்காகவும் உதவி வருகிறார்.

ஆப்பிரிக்கக் கண்டத்தின் முதுகெலும்பே விவசாயம்தான். அங்கே நில வளம் அதிகம். உழைக்கும் மனிதர்களும் அதிகம். உலகின் வருங்கால உணவுத் தேவையைப் பூர்த்தி செய்பவையாக ஆப்பிரிக்க நாடுகளே இருக்கப் போகின்றன என்பது பொருளாதார நிபுணர்களின் கருத்து. இந்தச் சூழலில் இயற்கை விவசாயம் மூலம் விளைவிக்கப்படும் பொருள்கள், அவை கொண்டு தயாரிக்கப்படும் பொருள்களுக்கு உலகமெங்கும் ஏற்றுமதி வாய்ப்பு உண்டு என்று நிரூபித்திருக்கிறார் மபிவே. இது ஆப்பிரிக்க நாடுகள் ஒவ்வொன்றுக்குமான பசுமையான செய்தி.

'இயற்கை விளைபொருள்கள் மற்றும் அவை கொண்டு தயாரிக்கப்படும் மதிப்புக்கூட்டுப் பொருள்களுக்கான தேவை என்பது உலகமெங்கும் இருக்கிறது. அது ஆப்பிரிக்கக் கண்டத்துக்கான நல்ல செய்தி. நிச்சயம் பல புதிய வாய்ப்புகள் உருவாகும். புதிய முதலீடுகள் வரும். இயற்கை விவசாயத்துக்கு மாறினால் ஸாம்பியாவின் விவசாயிகளுக்கும், ஆப்பிரிக்காவின் விவசாயிகளுக்கும் வளமான எதிர்காலம் நிச்சயம் காத்திருக்கிறது' என்று நம்பிக்கை கொடுக்கிறார் ஸாம்பியாவின் இயற்கை விவசாய குரு!

12

சாரா கிறிஸ்டினா

பாலைவனத்தின் பசுமை நாயகி!

இயற்கையாக விளைவிக்கப்பட்ட உணவுகளை உண்பது என்பது நவீனம் அல்ல. அது நம் பாரம்பரியத்தை நோக்கித் திரும்பும் உன்னதமான செயல்.

குளுகுளு சுவிட்சர்லாந்தின் ஸூரிச் நகரத்தில் பிறந்த பெண், சாரா கிறிஸ்டினா ஹேனிக் நூர் *(Sara Kristina Hannig Nour)*. அவரது அம்மாவுக்குக் கொஞ்சம் நிலம் இருந்தது. வீட்டுக்கு வெளியே தோட்டம் இருந்தது. எனவே சிறுவயதிலேயே விவசாயம் குறித்து கொஞ்சம் கற்றுக் கொண்டிருந்தார் சாரா. அரசியல், பொருளாதாரம், தத்துவம் ஆகிய பாடங்களை எடுத்து பட்டப்படிப்பை முடித்தார். ஒரு விவசாயி ஆக வேண்டும் என்ற கனவெல்லாம் சாராவுக்கு இல்லை.

எகிப்தைச் சேர்ந்த கரீம் நூர் மீது சாராவுக்குக் காதல் பிறந்தது. 2011-ம் ஆண்டில் கரீம் - சாரா திருமணம் இனிதே நடைபெற்றது. புகுந்த வீடான எகிப்து தேசத்துக்குள்

அடியெடுத்து வைத்தார். குளுமைக்கு மட்டுமே பழகிய சுவிட்சர்லாந்து மகள், கடும் வெப்ப தேசமான எகிப்தின் மருமகளாக மாற காலம் அதிகம் தேவைப்படவில்லை. அதற்குள் எகிப்திய புரட்சியும் ஆரம்பமாகியிருந்தது. ஸ்திரமற்ற சூழலுக்குத் தன்னைப் பழக்கப்படுத்திக் கொண்டார் சாரா.

இன்னொரு புறம், கெய்ரோவின் சந்தையிலும், சூப்பர் மார்க்கெட்களிலும் மாம்பழம், வெள்ளரி, மாதுளை என பலவும் சாராவின் கண்களைக் கவர்ந்தன. சுவிட்சர்லாந்தில் காணவே முடியாத கனிகள், காய்கறிகள் எல்லாம் பளபளவெனக் கவனம் ஈர்த்தன. வாங்கிப் பார்த்தபோதுதான் சுவையும் தரமும் ஏமாற்றத்தைத் தந்தன.

மாண்புமிகு இயற்கை விவசாயி

எகிப்தில் விவசாயத்துக்கென தர நிர்ணய விதிகள் எதுவும் பின்பற்றப்படவில்லை. பூச்சிக்கொல்லிகளையும், செயற்கை உரங்களையும் அளவின்றி உபயோகித்து அனைத்தையும் விளைவித்திருந்தனர். அதனால், புற்றுநோய் உள்ளிட்ட நோய்கள் வரும் என்று தெரிந்தாலும் விவசாயிகளும் வியாபாரிகளும் அதைப்பற்றிக் கவலைப்படவே இல்லை. பாலைவன தேசத்தில் டன் கணக்கில் விளைவிக்க என்ன செய்ய வேண்டுமோ, அந்த அறமற்ற செயல்களை மனசாட்சியே இன்றி செய்து வந்தனர். எகிப்தில் விளைவிக்கப்படும் பொருள்களில் ரசாயனத்தின் அளவு மிக அதிகமாக இருக்கிறது. இனி அங்கிருந்து இறக்குமதி செய்ய வேண்டாம் என்று சில மத்திய கிழக்கு நாடுகள் தடை செய்யுமளவுக்கு நிலைமை மோசமாகிப் போயிருந்தது.

'பண்ணையில் இருந்து நேரடியாக உங்கள் உணவு மேஜைக்கு' என்பதே சாராவின் நோக்கம். உண்ணும் உணவு எப்படிப்பட்டது, எங்கிருந்து வருகிறது என்று வாடிக்கையாளர்கள் அறிந்துகொள்வது என்பது ஆனந்தமானது. நாம் நல்ல உணவைத்தான் உண்கிறோம் என்ற நம்பிக்கையே உடல் ஆரோக்கியத்தை மேம்படுத்தக்கூடியது.

சாராவின் மனத்திலும் அதே கவலைதான். அவரது வயிற்றில் கரு வளரத் தொடங்கியிருந்தது. நாளைக்கு என் மகளுக்கும் இதே நச்சு கலந்த காய்கறிகளையும் பழங்களையும்தான் கொடுக்க வேண்டியதிருக்குமா? வேறு வழியே கிடையாதா?

கரீம் நூரின் குடும்பத்தினருக்கு சில ஏக்கர்கள் நிலம் இருந்தது. அது அலெக்ஸாண்டிரியா நகரத்திலிருந்து கெய்ரோவுக்கு செல்லும் நெடுஞ்சாலையின் இடையே அமைந்திருந்தது. இருபது ஆண்டுகளாக விவசாயம் செய்யப்படாத, பண்படுத்தப்பட வேண்டிய நிலம்.

அவரது குடும்பத்தில் யாருக்குமே விவசாயம் செய்யும் எண்ணம் இருக்கவில்லை. சாரா, 'நான் விவசாயம் செய்யப் போகிறேன்' என்று கரீமிடம் சொன்னார். கரீம் மறுப்பேதும் சொல்லவில்லை. அடுத்த முயற்சியாக கெய்ரோ பல்கலைக்கழகத்தில் இயற்கை விவசாயத்துக்கான பட்ட மேற்படிப்பில் இணைந்தார் சாரா. கர்ப்பிணிப் பெண்ணாக, தன் கணவரது நிலத்திலும் வலம் வந்தார். வறண்டு கிடந்த நிலம் மலைப்பைத் தந்தது. இதில் என்ன செய்ய முடியும்? எப்படிச் செய்ய முடியும்? ஒன்றும் புரியவில்லை.

அப்போது குடும்ப நண்பரான அடெல்சலாம் என்பவர், சாராவுக்கு உதவ முன்வந்தார். அடெல்சலாம் நாற்பது வருடங்களுக்கும் மேல் விவசாயத்துறையில் அனுபவம் கொண்டவர். இயற்கை விவசாயம் குறித்த சரியான புரிதலும், மேம்பட்ட அறிவும் அவரிடமிருந்து சாராவுக்குக் கிடைத்தது. வறண்ட நிலம். வளப்படுத்தினால் பசுமையாகும். அருகிலிருக்கும் ஏரி ஒன்று கைகொடுக்கும். பொறுமையுடன், அர்ப்பணிப்புடன் உழைத்தால்,

பசுமையான எதிர்காலம் நிச்சயம் என்று மனத்தில் தோன்றியது. சாரா, முழு கவனத்துடன் உழைக்கத் தொடங்கினார், பிறக்கப்போகும் தன் மகளுக்காக. இயற்கை உணவுக்காக ஏங்கும் எகிப்தின் மக்களுக்காக.

ஆரம்பத்தில் கொஞ்சம் நிலத்தை மட்டும் எடுத்துக் கொண்டார். பண்படுத்தப் பட்ட நிலத்தில் சாராவின் முதல் முயற்சி, வெள்ளரி. நிலத்தில் பசும்போர்வையாக வெள்ளரிக் கொடிகள் படர்ந்த நேரத்தில், நம்பிக்கையுடன் தன் குழந்தைக்குத் தாய்ப்பால் ஊட்டிக் கொண்டிருந்தார் சாரா. மஞ்சள் பூக்கள் பூத்த வேளையில், மனத்தில் நம்பிக்கையும் பூத்தது. முற்றிலும் இயற்கையான முறையில் வெள்ளரிக்காய்கள், வனப்புடன் காய்த்தன. சாரா, சூப்பர் மார்க்கெட் ஒன்றுக்கு எடுத்துச் சென்றார். 'ஆர்கானிக் வெள்ளரிக்காய் விற்பனைக்கு எடுத்துக் கொள்வீர்களா?'

'வைத்துவிட்டுப் போங்கள்' என்றார்கள் சுரத்தே இன்றி. சாரா, சில கிலோ வெள்ளரிக்காய்களை அடுக்கி வைத்து விட்டு வந்தார். சூப்பர் மார்க்கெட்டிலிருந்து அடுத்த நாளே தொலைபேசி அழைப்பு வந்தது. 'வெள்ளரிக்காய்கள் விற்றுத் தீர்ந்துவிட்டன. இன்னும் இருந்தால் கொண்டு வாருங்கள்' என்று. சந்தோஷத்தில் சாரா, துள்ளிக் குதித்தார். எகிப்திய மக்கள், இயற்கையாக விளையும் காய்கறிகளுக்காகவும் பழங்களுக்காகவும் ஏங்கிக் கொண்டிருக்கிறார்கள். அவை கிடைக்கும்போது, விலை சற்றே அதிகம் என்றாலும் கவலைப்பட மாட்டார்கள். அள்ளிக் கொள்வார்கள் என்ற பேருண்மை சாராவுக்குத் தெளிவாகப் புரிந்தது. தனது விவசாய முயற்சிகளை முழு நம்பிக்கையுடன் ஏக்கர் கணக்கில் விரிவுபடுத்தினார். Sara's Organic Farm பிறந்தது.

ஓர் இயற்கைப் பண்ணை செழிப்பாக, வளமாக அமைய வேண்டுமெனில் மண்ணை நேசிக்கும் ஒரு குழு அமைய வேண்டும். ஒரே அலைவரிசை எண்ணம் கொண்டவர்கள் ஒவ்வொருவராக சாராவிடம் வந்து சேர்ந்தார்கள். இயற்கையின் நுட்பம் தெரிந்தவர்கள் தோள் கொடுத்தார்கள். உழைக்கத் தயங்காமல் வியர்வை சிந்தினார்கள். தன்னை நம்பும் மனிதனை இயற்கை ஒருபோதும் கைவிட்டதே இல்லை. திராட்சைத்

தோட்டம் ஒன்று உருவாக ஆரம்பித்தது. மாங்கன்றுகள் துளிர்க்கத் தொடங்கின. மாதுளைச் செடிகள் கிளை பரப்பின. கீரைத் தோட்டங்கள் பசுமை பாய்ச்சின. வெள்ளரிக்காய்களின் எல்லைகள் பரந்து விரிந்தன. பிளம்ஸ்கள் புன்னகை பூத்தன. ஆலிவ் மரங்கள் அழகு காட்டின. பேரிக்காய்கள் பெருமையுடன் காய்த்தன. பேரிச்சங்காய்கள் பேரழகு காட்டின. தக்காளிகள் தளதளத்தன. எலுமிச்சைகள் பளபளத்தன. பூண்டும் குடை மிளகாயும் முட்டைகோஸும் கத்தரிக்காயும் இன்ன காய்கறிகளும் கனிகளும் மூலிகைகளும் கண்களை நிறைத்தன. சாராவின் இயற்கைப் பண்ணை, ஏராளமான பணியாளர்களுடன் முழு வேகத்தில் இயங்க ஆரம்பித்தது.

ஆரம்பத்தில் சாராவின் இயற்கைப் பண்ணையிலிருந்து கெய்ரோ வாழ் மக்களுக்கு வாரந்தோறும் இயற்கையான காய்கறிகளும் பழங்களும் நிரம்பிய கூடைகள் அனுப்பப்பட்டன. கொஞ்சம் கொஞ்சமாகக் கூடைகளின் எண்ணிக்கை அதிகரித்துக்கொண்டே சென்றது. பிறகு சூப்பர் மார்க்கெட்களுக்கும் காய்கறிகளை, பழங்களை விநியோகம் செய்ய ஆரம்பித்தார். அடுத்த முயற்சியாக பெரிய ரெஸ்டாரண்டுகள் சாராவிடமிருந்து காய்கறிகளை, கனிகளை வாங்கத் தொடங்கின. ‘நாங்கள் இயற்கையாக் விளைந்தவற்றைக் கொண்டே எங்கள் உணவுகளைத் தயாரிக்கிறோம்’ என்று விளம்பரப்படுத்துவது அந்த ரெஸ்டாரண்டுகளுக்கு பலம் சேர்த்தது.

தற்போது, கெய்ரோ மக்களுக்கு மட்டுமல்லாமல் அலெக்ஸாண்டிரியா மக்களுக்கும் இயற்கையான பசுமைக் கூடைகளை வாரந்தோறும் அனுப்பிக் கொண்டிருக்கிறார் சாரா. வாடிக்கையாளர்களே தங்களுக்குத் தேவையானதை ஆன்லைனில் தேர்ந்தெடுத்து வாங்கும் வசதியும் உண்டு. பருவங்களுக்கேற்ப காய்கறிகளின், கீரைகளின், பழங்களின் பட்டியல் மாறுபடும். ஆரோக்கியமாக எப்படிச் சமைக்கலாம் என்ற சாராவின் டிப்ஸும் வாடிக்கையாளர்களுக்கு வழங்கப்படுகிறது. எகிப்தின் பல பகுதிகளுக்கும் சாராவின் பண்ணையில் விளைந்த ஆர்கானிக் பொருள்கள் விநியோகம் செய்யப்படுகின்றன. 972 ஏக்கர் பரப்பளவில் சாராவின் இயற்கை சாம்ராஜ்ஜியம் எகிப்தை ஆண்டு கொண்டிருக்கிறது.

இயற்கை மீதான காதலுடன், தனி ஒரு விவசாயி வெல்வது வெற்றிதான். ஆனால், அந்த விவசாயி சார்ந்த சமூகமும் சேர்ந்து முன்னேறுவதுதானே முழுமையான வெற்றி. சாரா, அக்கம் பக்கத்திலிருக்கும் விவசாயிகள் பலரையும் இயற்கை விவசாயம் நோக்கி திரும்பச் செய்திருக்கிறார். முழுமையான இயற்கை விவசாயிகளாக மாறியிருக்கும் அவர்கள் விளைவிக்கும் பொருள்கள் அனைத்தையும் விற்பதற்காகவே, 'Lara's Premium Produce' என்ற தனி பிராண்ட் ஒன்றையும் ஆரம்பித்திருக்கிறார். அவர்கள் அனைவருமே GLOBAL G.A.P. எனப்படும் விவசாயத்துக்கான சர்வதேச தர நிர்ணய விதிகளுக்கு உட்பட்டு, இயற்கை விவசாயம் மட்டுமே மேற்கொள்கின்றனர்.

'பண்ணையில் இருந்து நேரடியாக உங்கள் உணவு மேஜைக்கு' என்பதே சாராவின் நோக்கம். உண்ணும் உணவு எப்படிப்பட்டது, எங்கிருந்து வருகிறது என்று வாடிக்கையாளர்கள் அறிந்துகொள்வது என்பது

ஆனந்தமானது. நாம் நல்ல உணவைத்தான் உண்கிறோம் என்ற நம்பிக்கையே உடல் ஆரோக்கியத்தை மேம்படுத்தக் கூடியது. அதைத்தான் எகிப்தில் சாராவின் இயற்கைப் பண்ணை செய்து கொண்டிருக்கிறது. இந்த 'இயற்கையான', 'ஆரோக்கியமான' சிந்தனைகளை அடுத்தடுத்த தலைமுறைகளுக்கும் கடத்த வேண்டும் அல்லவா.

பண்ணையைப் பார்வையிட குறிப்பிட்ட தினங்களில் மக்கள், 'இயற்கைச் சுற்றுலா'வுக்கு அனுமதிக்கப்படுகிறார்கள். பல்வேறு பள்ளிகளிலிருந்தும் மாணவர்கள் திரண்டு வந்து இயற்கை விவசாயம் குறித்து தெரிந்து கொண்டு போகிறார்கள். விவசாயத்தைக் கற்றுக் கொள்ளும் ஆர்வத்துடன் வரும் இளைஞர்களுக்கும் வழிகாட்டுகிறார் சாரா. ஆரோக்கியமான வாழ்க்கை முறை குறித்த கருத்தரங்குகள் நடத்தப்படுகின்றன. இயற்கை உணவுத் திருவிழாக்களும் களை கட்டுகின்றன.

சுவிட்சர்லாந்தின் மகள், இன்றைக்கு எகிப்தின் இயற்கை விவசாயத்தின் முகமாகப் பார்க்கப்படுகிறார். 2017-ம் ஆண்டில் சாராவுக்கு சர்வதேச விருதான Cartier Women's Initiative Award, அவரது இயற்கை விவசாய முயற்சிகளுக்காக வழங்கப்பட்டது.

தனது இரு மகள்களும் இப்போது ஆரோக்கியமான உணவையே உண்கிறார்கள் என்பதில் அந்தத் தாய்க்கு அளவில்லா மகிழ்ச்சி.

13

தலேப் பிராஹிம்

சகாரா சாதனையாளர்!

நாம் உண்ணும் உணவானது, நம் உடலின் ஆரோக்கியத்தையும் பாதுகாப்பையும் அதிகரிப்பதாக இருக்க வேண்டும். கொஞ்சம் கொஞ்சமாக நம் உடலுக்குள் விஷத்தை ஏற்றுவதாக இருக்கக் கூடாது.

மேற்கு ஆப்பிரிக்கக் கண்டத்தில் ஒரு நிலப்பரப்பு மேற்கு சகாரா. பெரும்பாலும் பாலைவனப் பிரதேசங்களைக் கொண்ட பகுதி. இதன் வடக்கில் மொரோக்கோவும், வடகிழக்கு எல்லையில் அல்ஜீரியாவும், கிழக்கு மற்றும் தெற்கு எல்லைகளில் மவுரித் தோனியாவும், மேற்கே அட்லாண்டிக் பெருங்கடலும் உள்ளன. சென்ற நூற்றாண்டில் ஸ்பெயினின் காலனியாதிக்கப் பிரதேசமாக இது இருந்தது. 1975-ம் ஆண்டில் ஸ்பானியர்கள் இந்தப் பகுதியை விட்டு வெளியேறினர். அப்போது அண்டை நாடான மொரோக்கோ, இந்த மேற்கு சகாரா பகுதியை ஆக்கிரமித்துக் கொண்டது. மொரோக்காவுக்கு எதிராக, மேற்கு சகாராவின் பொலிசாரியோ முன்னணிப்

படையினர் போரிட ஆரம்பித்தனர். அது மேற்கு சகாரா போர் என்று அழைக்கப்படுகிறது. ஐ.நா. சபை, பல காலமாகத் தீர்வு காண முடியாமல் திணறும் பல பிரச்னைகளில் மேற்கு சகாரா பிரச்னையும் ஒன்று. அதன் அரசியலை நீட்டி முழக்கிப் பேச வேண்டும். ஆனால், நாம் பேச வேண்டியது அந்தப் பிரச்னையால் பாதிக்கப்பட்ட அகதிகளின் வாழ்க்கை குறித்து. அந்த அகதிகளில் ஒருவர் நிகழ்த்தி வரும் 'பசுமைப் புரட்சி' குறித்து.

1975-ம் ஆண்டில் மேற்கு சகாரா பிரச்னை தீவிரமாகத் தொடங்கியபோது ஆயிரக்கணக்கானோர், அல்ஜீரியாவுக்குள் அகதிகளாக நுழைந்தனர். அல்ஜீரியாவின் டிண்டவுஃப் நகரத்தின் அருகில் சஹ்ரானி அகதிகள் முகாமில் ஏராளமானோர் தஞ்சமடைந்தனர். தலேப் பிராஹிம், தன் குடும்பத்தினருடன் அங்கே வந்து தஞ்சமடைந்தபோது அவனுக்கு வயது ஆறு. எதுவும் புரியவில்லை. பசிக்கு உணவு அடுத்து எப்போது கிடைக்கும் என்பது மட்டுமே ஒரே நினைப்பாக இருந்தது. யாராவது பாவப்பட்டு உணவு கொடுத்தால் உண்டு. ஒரு நாளைக்கு ஒருவருக்கு ஒரே ஒரு ரொட்டித் துண்டு கிடைத்தாலே மிகப்பெரிய விஷயம்.

பார்லி பயிரைத்தான் சோதனை முறையில் விளைவிக்கத் தேர்ந்தெடுத்திருந்தார். எந்தவித ரசாயன உரங்களோ, பூச்சிக்கொல்லிகளோ பயன்படுத்தப்படவில்லை. நவீன முறையில் இயற்கை வேளாண்மை.

சர்வதேச அமைப்புகள் செய்த உதவிகளால் மட்டுமே அந்த அகதிகள் முகாம்களில் இருந்தவர்கள் உயிர் பிழைத்துக் கிடந்தார்கள் அல்லது உயிர் பிழைத்திருக்கும் வரை கிடந்தார்கள். ஊட்டச்சத்துக் குறைபாட்டால் இறந்த குழந்தைகளின் எண்ணிக்கைக்கு அளவு கிடையாது. கெட்டுப் போன உணவுகளும்,

குப்பையில் கிடைக்கும் உணவுக் கழிவுகளும்கூட அவர்களது பசி போக்கின. மனிதர்களுக்கே உணவில்லாத போது கால்நடைகளை எப்படி வளர்க்க முடியும்? இருந்த சில கால்நடைகளும் மெலிந்து சாவது வாடிக்கையான விஷயம்தான். இந்த அவலமான சூழலில்தான் தலேப் பிராஹிம் தனது பெற்றோருடன், சகோதர, சகோதரிகளுடன் வளர்ந்தான். வாழ்ந்தான்.

சொந்த நாடு கிடையாது. சொந்த வீடு கிடையாது. கல்வியை யாவது எப்பாடுபட்டாவது சொந்தமாக்கிக் கொள்ள வேண்டும் என்பது தலேப்பின் எண்ணமாக இருந்தது. கற்கும் கல்வியே தன்னை உயர்த்தும். தன் போன்றோரை உயர்த்துவதற்கும் வழி காட்டும் என்ற தெளிவு தலேப்புக்கு இருந்தது. பள்ளிப் படிப்பை முடித்த பின், தலேப் விவசாயக் கல்வி படிக்க நினைத்தார். விவசாயத்துக்கும் அவர்களது பரம்பரைக்கும் கொஞ்சம்கூட தொடர்பு கிடையாது. ஆனால், வாழ்நாள் முழுக்க உணவுக்காக அடுத்தவர்களை அண்டிக் கிடக்கும் அவலநிலை தலேப்பை ஒரு விவசாயியாக மாறச் சொல்லி உந்தியது.

மேற்கு சிரியாவில் அமைந்துள்ள திஷ்ரீன் பல்கலைக் கழகத்தில் விவசாயம் கற்க, கல்வி உதவித்தொகையுடன் இடம் கிடைத்தது. தலேப் மகிழ்வுடன் அங்கே

சென்றார். கசடறக் கற்றார். கற்கும் வருடங்களில் எல்லாம் குடும்பத்தைப் பிரிந்து கிடந்தது கடும் மன அழுத்தத்தைத் தந்தாலும், வருங்கால நலன் கருதி அனைத்துச் சோகங்களையும் விழுங்கிக் கொண்டார்.

1996-ம் ஆண்டில் தலேப் மீண்டும் அல்ஜீரியாவில் தனது முகாமுக்குத் திரும்பினார். நமக்குத் தேவையான உணவை நாமே விளைவித்துக் கொள்வோம் என்று நம்பிக்கையுடன் சொன்னார். எல்லோரும் தலேப்பை மேலும் கீழும் பார்த்தனர். 'நீ விவசாயம் படிச்சிருக்க. அதுக்காக பாலைவனத்துல இருந்துக்கிட்டு என்ன பண்ண முடியும்?' என்று கேள்வி எழுப்பினர்.

மிக மிக நியாயமான கேள்விதான். அந்த பாலைவனப் பகுதியில் கோடையில் வெயிலானது 49 டிகிரி செல்சியஸ் வரை போட்டுத்தாக்கும். குளிர்காலத்தில் கொடும்பனியும் குடைச்சல் கொடுக்கும். நீர் வளமெல்லாம் கிடையாது. அங்கே கனவில் வேண்டுமானால் விவசாயம் செய்யலாம். ஆனாலும் தலேப் உறுதியாக நின்றார். அடுத்த தலைமுறை குழந்தைகளாவது மேன்மையுடன் வாழ வேண்டும். உணவுக்காகக் கையேந்தும் நிலை ஒழிய வேண்டும். அழுத்தமாகச் சொன்னார்.

வீட்டுத்தோட்டம், சிறிய அளவில் விவசாயம் என்று தலேப்பின் முயற்சிகளில் தோல்வி மட்டுமே விளைந்தது. பல ஆண்டுகளாக. ஆனால், அவர் மனம் தளரவில்லை. ஏதாவது ஒரு வழி இருக்கும். அதைக் கண்டடைய வேண்டும் என்று அவரது உள்ளம் சொல்லிக் கொண்டே இருந்தது. ஒருநாள், தலேப்பின் அமெரிக்க நண்பர், வீடியோ ஒன்றை அனுப்பியிருந்தார். அதைக் கண்ட தலேப்பின் முகத்தில் வழி பிறந்த மகிழ்ச்சி. அந்த வீடியோ சொன்ன விஷயம் - ஹைட்ரோபோனிக்ஸ் (Hydroponics).

மண் இல்லாமல் குறைந்த அளவு தண்ணீரை மட்டும் கொண்டு, குறைந்த காலத்தில் தீவனப் பயிர்களை வளர்க்கும் முறையே ஹைட்ரோபோனிக்ஸ். செலவும் குறைவு. குறைந்த இட வசதி போதும். பசுமைக் குடில்களை அமைத்து பயிரிடலாம். குறைந்த வேலையாட்களும் போதும். மிகக்குறைந்த இடத்தில் அதிக அளவு உற்பத்தி

என்பது இதன் மிகப்பெரிய ப்ளஸ். கடும் வறட்சிக் காலத்தில் கால்நடைகளுக்கான தீவனப் பயிர்களைத் தயாரிக்க உலகின் பல பகுதிகளில் மேற்கொள்ளப்பட்டு வரும் பயிரிடும் முறைதான். எப்போதும் வறட்சி நிலவும் தன் பிரதேசத்தின் விவசாய முறையாக அதைத் தேர்ந்தெடுத்தார் தலேப்.

அதே சமயத்தில் World Food Programme (WFP) அமைப்பிலிருந்து தலேப்பை அணுகினார்கள். 'உங்கள் முகாமின் உணவுத் தேவையைப் பூர்த்தி செய்ய ஏதாவது புதுமையான திட்டம் வைத்திருக்கிறீர்களா?' தலேப், ஆர்வத்துடன் ஹைட்ரோபோனிக்ஸ் குறித்து எடுத்துரைத்தார். அந்த அமைப்பினர், தலேப்புக்கு முழு அளவில் ஒத்துழைப்பு தர முன்வந்தனர்.

2017-ம் ஆண்டில் WFP அமைப்பு, Oxfam என்ற வறுமைக்கு எதிராகப் போராடும் சர்வதேச அமைப்பு, Innovation Accelerator என்ற தனியார் அமைப்பு எல்லாம் இணைந்து அந்த அகதிகள் முகாமில் பசுமைப் புரட்சியை நிகழ்த்த, தலேப்புக்கு உதவின. பசுமைக் குடில்கள் உருவாகின. அவை மின்சாரத்தாலும் சூரிய ஒளியாலும் இயங்கும்படி அமைப்புகள் ஏற்படுத்தப்பட்டன. சிறு சிறு

மாண்புமிகு விவசாயிகள்

தட்டுகளில் மண்ணில்லா விவசாயத்துக்கான அமைப்புகள் உருவாக்கப்பட்டன. நீரைச் சொரிந்து, ஈரப்பதத்தைக் காக்கும் வடிவமைப்புகள் பிறந்தன. விளைச்சலுக்காக தலேப் நம்பிக்கையுடன் காத்திருந்தார்.

'பைத்தியக்காரத்தனம். இதெல்லாம் சரி வராது. இந்த பாலைவனத்துல இருந்து ஒண்ணும் பண்ண முடியாது' என்று அவநம்பிக்கைச் சொற்கள் அகதிகள் முகாமில் எதிரொலித்தன. தலேப், புன்னகையுடன் காத்திருந்தார். பார்லி செடிகள் விளையும் என்று. ஆம், அவர் பார்லி பயிரைத்தான் சோதனை முறையில் விளைவிக்கத் தேர்ந்தெடுத்திருந்தார். எந்தவித ரசாயன உரங்களோ, பூச்சிக்கொல்லிகளோ பயன்படுத்தப்படவில்லை. நவீன முறையில் இயற்கை வேளாண்மை.

தலேப்பின் நம்பிக்கை வீண் போகவில்லை. பொதுவாக பார்லியை விளைவிக்கத் தேவையானதில் 90 சதவிகிதம் குறைவாக நீரே பயன்படுத்தப்பட்டிருந்தது. பார்லி நிறைவாக விளைந்து பலரது வயிற்றில் கஞ்சியை வார்த்தது. தான் பரிசோதனை செய்து கற்றுக்கொண்ட நவீன விவசாயத்தை, தன் சக மக்களுக்கும் கற்றுக் கொடுக்க ஆரம்பித்தார் தலேப்.

புதிய பசுமைக் குடில்கள் பிறந்து கொண்டே இருந்தன. பசி போக்கும் பார்லி பற்றாக்குறையே இன்றி நிறைந்தது. முகாமில் வளர்க்கப்படும் கால்நடைகள் சந்தோஷமாக அசை போட ஆரம்பித்தன. கால்நடைகளின் வயிறு நிறைய நிறைய, பால் உற்பத்தி நிறைவாக நடைபெற ஆரம்பித்தது. சுவையான இறைச்சியும் கிடைக்கத் தொடங்கியது. தலேப்பின் கனவு நிறைவானது. ஆம், அந்த அகதிகள் உணவுக்காகக் கையேந்தும் நிலை மாறிவிட்டது.

இப்போது அவர்கள் பார்லி போன்ற சில பயிர்களை ஹைட்ரோபோனிக்ஸ் முறையில் வெற்றிகரமாக விளைவித்து சம்பாதிக்கத் தொடங்கியிருக்கிறார்கள். கால்நடை வளமும் அங்கே பெருகியிருக்கிறது. பாலைவனப் பிரதேசத்தில் பசுமைப் புரட்சியை அரங்கேற்றியிருக்கிறார் தலேப் பிராஹிம்.

பல அமைப்புகளின் உதவியிடன் தலேப் செயல்படுத்தி வரும் இந்தத் திட்டத்தின் பெயர் H2Grow hydroponics. அல்ஜீரியா மட்டுமன்றி, சாட், ஜோர்டான், பெரு என்று பிற இடங்களிலும் தலேப்பின் ஆலோசனைப்படி இந்தத்

திட்டம் விரிவாக்கப்பட்டிருக்கிறது. அந்த வறட்சியான பிரதேசங்களிலும் வசந்தம் வீசத் தொடங்கியிருக்கிறது.

2019 செப்டெம்பரில் ஐக்கிய நாடுகள் சபையில் பேசும் வாய்ப்பும் தலேப்புக்கு வாய்த்தது. 'பசி இல்லாத உலகை உருவாக்க வேண்டும். உலகின் பசி போக்க இதுபோன்ற திட்டங்களை அசாதாரணமான சூழல் நிலவும் ஒவ்வொரு இடங்களிலும் செயல்படுத்த வேண்டும்' என்று கேட்டுக் கொண்டார்.

தனக்குச் சிறுவயதில் கிடைக்காத பாலும் இறைச்சியும், இப்போது தன் முகாமில் வாழும் குழந்தைகளுக்குக் கிடைப்பதில் தலேப்புக்கு அளவில்லா மகிழ்ச்சி.

14

ராதா மோகன் – சபர்மதி

ஒடிஸாவின் வழிகாட்டி!

> மண் என்பது ரசாயனங்களால் செயற்கையாக வளமூட்டப்பட்ட பொருள் அல்ல. மண் என்பது உயிர். எந்த நிலத்தில் ஆயிரக்கணக்கான உயிர்களும் நுண்ணுயிரிகளும் செழித்து, பெருகி வாழ்கின்றனவோ, அதுவே வளமான மண். அந்த மண்ணிலிருந்துதான் ஆரோக்கியமான உணவு விளையும்! .

ஒரு காலத்தில் அந்தப் பகுதியிலும் மரங்கள் இருந்தன. ஏராளமான உயிர்கள் கூடி வாழ்ந்தன. பறவைகள் குஞ்சு பொரித்தன. மண்புழுக்கள் சோம்பல் முறித்தன. பசுமை எங்கும் பரவியிருந்தது. விளைநிலங்களில் விதைக்கப் பட்டவை எல்லாமே விளைந்தன. எல்லாம் இறந்த காலம்தான். மண் இறந்து போனதால் எல்லாம் இறந்த காலம்தான்.

ஏன்? மரங்கள் அழிக்கப்பட்டன. மண் வாழ் உயிர்கள் சிதைக்கப்பட்டன. விளைநிலங்களில் அதிக மகசூல்

வேண்டும் என்ற பேராசையில் வேதியியல் உரங்களும் பூச்சிக்கொல்லிகளும் வியாபித்தன. பசுமையைப் பெயருக்குப் போர்த்திக் கொண்டு விளைந்த பயிர்கள், நாளடைவில் பட்டுப் போயின. எதையும் விதைப்பதற்குத் தகுதியற்ற தரிசு நிலமாக அந்தப் பகுதி மாறிப்போனது. அந்த மண் இறந்துபோகவில்லை. மனிதர்கள் அதன் வளத்தை வலுக்கட்டாயமாகச் சாகடித்திருந்தார்கள்.

ஒடிஸாவின் தென்கனால் *(Dhenkanal)* மாவட்டத்தில் தொலைதூர கிராமம் ஒன்றில் அந்த நிலப்பகுதி அமைந்திருந்தது. *1979*-ம் ஆண்டில் ராதாமோகன் என்பவர் அந்த தரிசு நிலத்தை விலை பேசினார். 'ஒரு புல்லுகூட முளைக்காது. பாழாப்போச்சு. இதை வாங்கி நீங்க ஒண்ணும் பண்ண முடியாது' என்று கிராமத்து மனிதர்கள் அக்கறையுடன் அறிவுரை சொன்னார்கள். 'பரவாயில்லை. நான் வாங்கிக் கொள்கிறேன்' என்று ராதாமோகன் நிலத்தைச் சொந்தமாக்கிக் கொண்டபோது, எல்லோரும் அவரைக் கேவலமாகப் பார்த்தார்கள்.

ஒடிஸாவைச் சேர்ந்த ராதாமோகன் பொருளாதாரப் பேராசிரியர். *1970*-களின் இறுதியில் ஒரிசாவின் முதல் தகவல் ஆணையராக *(Information Commissioner)* நியமிக்கப்பட்டவர். 'பெருகிவரும் மக்கள் தொகைக்கு ஏற்ப உணவு உற்பத்தியைப் பெருக்க வேண்டும் என்றால் பாரம்பரிய இயற்கை விவசாய முறையெல்லாம் சரிப்படாது. நவீன வேளாண்மைதான் இனி உற்பத்தியைப் பெருக்க ஒரே வழி!' என்பதே அதிகார வர்க்கத்தினரது எண்ணமாக இருந்தது. ரசாயன உர நிறுவனங்களின் ஆதரவாளர்களாக மாறியிருந்த வேளாண் நிபுணர்களும் அதையே வலியுறுத்தினர். 'இல்லை,

சம்பவ் என்றால் 'முடியும்' என்று அர்த்தம். அமைப்பின் பிரதான நோக்கம் நாட்டு விதைகளைச் சேகரிப்பது, பாதுகாப்பது, அவற்றைத் தொடர்ந்து பயிரிடுவதன் மூலம் பெருக்குவது, விவசாயிகளுக்கு வழங்குவது, இயற்கை விவசாய முறைக்குப் பலரையும் மாற்றுவது.

இயற்கை விவசாயம் கைகொடுக்கும். நான் நிரூபித்துக் காட்டுகிறேன்' என்று ராதா மோகன் அழுத்தந்திருந்தமாகச் சொன்னார். அதிகாரத்தில் இருப்பவர் என்பதால் அவரது குரலுக்கு அரசு செவி சாய்த்தது. தென்கனால் மாவட்டத்தில் பிராம்மணி நதிக்கரை ஓரமாக நிலம் ஒன்றை அரசு சார்பில் ஒதுக்கினார்கள்.

'இது பசுமையான பகுதி. இங்கே இயற்கை விவசாயம் செய்து பயிர் விளைச்சலைப் பெருக்குவது பெரிய காரியமல்ல. இது விவசாயிகளுக்கு நம்பிக்கையைக் கொடுக்காது' என்று ராதா மோகன் அந்த நிலம் வேண்டாம் என்றார். தொலைதூரக் கிராமத்தில், மக்களால் முற்றிலும் கைவிடப்பட்ட தரிசு நிலத்தை வாங்கினார். நீங்கள் சொல்வதுபோல இந்த மண் இறக்கவில்லை. மனிதர்களால் கோமா நிலைக்குத் தள்ளப்பட்டிருக்கிறது. இயற்கையோடு இணைந்து உழைத்தால் மீண்டும் இந்த நிலத்துக்கு உயிரூட்ட முடியும் என்று களமிறங்கினார். ராதாமோகனின் மகளாகிய சபர்மதியும் கைகோத்துக் கொண்டார்.

அந்த நிலத்தில் மேலடுக்கு மண் முற்றிலும் வளம் இழந்து போயிருந்தது. காட்டுப்புற்களை வெட்டி நிலத்தில் போட்டார்கள். முதலில் நிலத்தில் எறும்புகள் குடிபுகட்டும் என்று காத்திருந்தார்கள். கொஞ்ச காலத்தில் எறும்புகள் ஊற ஆரம்பித்தன. நிலத்துக்குள் துளையிட்டு காற்றோட்டத்தை உண்டாக்கின. நுண்ணுயிரிகள் பெருகத் தொடங்கின. மீண்டும் உயிர்பெற்ற பாக்டீரியாக்களால் மக்கும் தன்மை அதிகரித்தது. கரிம வளமும் கூடியது. அந்த நிலம் கொஞ்சம் கொஞ்சமாக அசைந்து கொடுக்க ஆரம்பித்தது. ஆனாலும் ஊர் மக்களின் அவநம்பிக்கைப் பேச்சுகள் தொடர, தந்தையும் மகளும் மென்மையான புன்னகையை மட்டும் பதிலாகக் கொடுத்தனர்.

பாலை நிலம்போல கிடந்த பகுதி, மூன்றாவது வருடத்தில் பசுமையான புல்வெளியாகவும், செடி கொடிகளுடனும் உயிர்த்துக் கிடந்தது. ராதாமோகன் நிலத்தில் எல்லைகளில் நட்டிருந்த மூங்கில் கன்றுகள், வேலியாக வான் நோக்கி வளர்ந்திருந்தன. காட்டுப்புற்கள் மண் அரிப்பைத்

தடுத்தன. அணில்களும், வேறு சிறு உயிரினங்களும் துள்ளி விளையாட, அங்கே பறவைகள் வந்து போக ஆரம்பித்திருந்தன. அவற்றின் எச்சங்கள் மண்ணில் புதிய தாவரங்களைத் துளிர்க்கச் செய்தன. அப்போது ஊர் மக்கள் ராதாமோகனையும் சபர்மதியையும் ஆச்சரியத்துடன் கவனிக்கத் தொடங்கியிருந்தனர்.

'இயற்கை எப்போதும் ஒவ்வொரு மனிதனின் தேவைக்கும் அள்ளிக் கொடுக்கும். ஆனால், பேராசைக்கு அல்ல!' என்ற காந்தியின் வார்த்தைகளில் அளவற்ற நம்பிக்கை கொண்ட ராதாமோகன், சிறிய அளவு நிலத்தில் விவசாயத்தைத் தொடங்கினார். முற்றிலும் இயற்கையான முறையில். அடுத்து கொஞ்சம் கொஞ்சமாக காய்கறிகள் பயிரிட ஆரம்பித்தார். மரக்கன்றுகள் சிலவற்றை நட்டார். மண்ணில் நைட்ரஜன் வளத்தைப் பெருக்க பருப்பு வகைகளைப் பயிரிட்டார். வைக்கோல்களைப் பரப்பி மண்ணின் ஈரப்பதத்தைத் தக்க வைத்தார். சபர்மதி, தன் தந்தையிடமிருந்தும் இயற்கையிடமிருந்தும் பல விஷயங்களைக் கற்றுக் கொண்டார். வனமும் வயலும் நிறைந்த வளமான பிரதேசமாக ஒருநாள் இது மாறும்

என்று நம்பிக்கையுடனும் பொறுமையுடனும் கடுமையாக உழைத்தார்கள்.

இயற்கை அவர்களை ஆசிர்வதித்தது. இப்போது 90 ஏக்கர் பரப்பரளவில் ராதாமோகன், சபர்மதியின் 'உணவு வனம்' விரிந்து கிடக்கிறது. அதில் 2 ஏக்கர் மட்டும் நெல் விளையும் வயல். ஒரு ஏக்கருக்கும் குறைவான இடத்தில் காய்கறித் தோட்டம். மற்ற இடங்களில் எல்லாம் தென்னை, லிச்சி, பலா, சப்போட்டா, எலுமிச்சை, மா என்று பழம் தரும் மரங்களும், பலன் தரும் பல மரங்களும் வியாபித்திருக்கின்றன. மற்ற இடங்களெல்லாம் தானாக முளைத்த மரங்களாலும் செடி, கொடிகளாலும் அடர்வனமாக விரிந்து கிடக்கிறது.

வருடம் முழுக்க நீர்த்தேவையைப் பூர்த்தி செய்வதற்கென மழைநீர் சேகரிப்புக் குளங்கள் மூன்றை வெட்டி வைத்துள்ளார்கள். மூன்றும் வெவ்வேறு ஆழமும் அகலமும் கொண்டவை. வெவ்வேறு உயரத்தில் அமைந்தவை. முதல் குளத்தில் நிரம்பும் நீரானது, வழிந்தோடி இரண்டாவதையும் நிறைத்து, மூன்றாவது பெரிய குளத்தில் சேகரமாகும். எனவே மூன்றாவது எப்போதுமே நீர் வற்றுவதே இல்லை. நெல் வயல்களுக்கு சிற்றோடைகள் மூலம் தானாகவே நீர்ப்பாசனம் நடைபெறுவதற்கான வசதிகள் செய்துள்ளார் ராதாமோகன்.

Oxfam என்ற அரசு சாரா அமைப்பின் திட்ட அதிகாரியாக பணியாற்றி வந்த சபர்பதி, 1993-ல் தனது வேலையை விட்டார். பிறகு 'சம்பவ்' என்ற அரசு சாரா, லாப நோக்கமற்ற அமைப்பு ஒன்றைத் தொடங்கினார். சம்பவ் என்றால் 'முடியும்' என்று அர்த்தம். அமைப்பின் பிரதான நோக்கம் நாட்டு விதைகளைச் சேகரிப்பது, பாதுகாப்பது, அவற்றைத் தொடர்ந்து பயிரிடுவதன் மூலம் பெருக்குவது, விவசாயிகளுக்கு வழங்குவது, இயற்கை விவசாய முறைக்குப் பலரையும் மாற்றுவது. தற்சமயம் எழுநூறுக்கும் மேற்பட்ட நாட்டு விதைகளை சபர்மதி சேகரித்துள்ளார். அதில் நெல் ரகங்கள், காய்கறிகள், பழங்கள், பருப்பு வகைகள், தானியங்கள் அடக்கம். தன்னை ஆர்வத்துடன் நாடி வரும் விவசாயிகளுக்கு நாட்டு விதைகள் கொடுத்து உதவுகிறார்.

மாண்புமிகு விவசாயிகள் ❖ 105

'விதைகளைத் தத்தெடுப்போம்' என்பதே சம்பவ் அமைப்பு விவசாயிகளிடம் விதைக்கும் எண்ணம். 'நாட்டு விதைகள் குழந்தைகள் போன்றவை. அவற்றை இயற்கையான முறையில் மட்டுமே பயிரிடுவோம். இந்த நாட்டு விதைகளைப் பெருக்குவோம். அவற்றைப் பாதுகாப்போம். மற்றவர்களுக்குப் பகிர்ந்தளிப்போம்' என்ற உறுதிமொழி எடுத்த பிறகே விதைகளை வாங்கிச் செல்கிறார்கள். சம்பவ் அமைப்பு மூலமாக ஒடிஸாவின் நயாகர் மாவட்டத்தில் பலரும் இயற்கை விவசாயத்தை நோக்கித் திரும்பியிருக்கிறார்கள். ஆந்திரா, கேரளா, கர்நாடகா, மேற்கு வங்கத்தைச் சேர்ந்த ஆயிரக்கணக்கான விவசாயிகளும் இயற்கை வழிக்கு மாறியிருக்கிறார்கள்.

'சம்பவ் எனக்கு 500 கிராம் நாட்டு நெல் விதை கொடுத்தது. அதை விதைத்து 150 கிலோ நெல்லை நான் அறுவடை செய்தேன். அதுவும் குறைந்த நீர்ப்பாசன வசதியில் எனக்கு இவ்வளவு லாபம் கிடைத்ததைக் கண்டு, என் ஊரில் மற்றவர்களும் இயற்கை விவசாயத்துக்கு மாறியிருக்கிறார்கள்' என்று ஆவணப்படம் ஒன்றில் மகிழ்ச்சியைப் பகிர்கிறார் ஒடிஸாவைச் சேர்ந்த பெண் விவசாயியான சாட்டியானி பத்ரா. இப்படிப் பல நூறு அனுபவங்கள்.

ஒடிஸாவில் மழை, புயல், வெள்ளம் எல்லாம் விளைநிலங்களைச் சீரழிப்பது வழக்கமான ஒன்றே. கோடையில் கடும் வெப்பத்தினால் வரும் பாதிப்புகளும் உண்டு. இதையெல்லாம் மனத்தில் வைத்து எந்தச் சூழ்நிலையையும் தாங்கி வளரும் நாட்டு நெல் ரகங்களை மீட்டுக் கொண்டு வந்து வெற்றிகரமாகப் பயிரிட்டிருக்கிறார் ராதாமோகன். 2013, பைலின் புயல் ஒடிஸாவைக் கடுமையாகத் தாக்கியது. அப்போது இவர்கள் முந்நூறுக்கும் மேற்பட்ட நெல் வகைகளைப் பயிரிட்டிருந்தார்கள். அதில் 34 நாட்டு நெல் ரகங்கள் புயலையும் தாங்கி நின்றன. அப்படிப்பட்ட நெல் ரகங்களைக் கண்டறிந்து விவசாயிகளுக்கு வழங்குவதன் மூலம் புயலோ, கடும்மழையோ, வெள்ளமோ வந்தாலும் நஷ்டம் வராமல் பிழைக்கலாம் அல்லவா. அதை சம்பவ் மூலம் செய்து வருகிறார்கள்.

முகாஜய் என்ற நெல் ரகம். ஒரு முறை நடவு செய்தால் இரண்டு முறை அறுவடை செய்யலாம். குஜிபட்லி, சுனாபானி, ஜலந்திரி, சமுத்ரலஹரி, ஜல்கமினி போன்ற நெல் ரகங்கள் எவ்வளவு நாள்கள் வெள்ளம் சூழ்ந்து நின்றாலும் அழுகிப் போகாமல் இருக்கும். மலைப்பகுதிகளில் மட்டும் விளையும் நெல் ரகங்களும், மருத்துவக் குணங்கள் நிறைந்த கலாவதி, பர்மா பிளாக், சக்காவோ போன்ற கருப்பு அரிசி ரகங்களும் இங்கே வெற்றிகரமாக இயற்கையான முறையில் பயிரிடப்படுகின்றன. தவிர கால்நடைகள் விரும்பி உண்ணும் புல் ரகங்களையும் பயிரிடுகிறார்கள்.

தேசம் முழுக்க இயற்கை வேளாண்மையைப் பரப்பவதும், நாட்டு ரக விதைகளை மீட்டெடுப்பதுவுமே கார்ப்பரேட் மயமாகி வரும் விவசாயத்திலிருந்து நம் மண்ணைக் காக்க ஒரே வழி என்பது ராதாமோகனின் அசைக்க முடியாத நம்பிக்கை. எதிர்காலச் சந்ததியினருக்கு ஆரோக்கியமான உணவை வழங்க 'சம்பவ்' அமைப்பின் மூலமாகத் தொடர்ந்து உழைத்து வருகிறார் சபர்மதி.

இயற்கை விவசாயத்தின் மேன்மைக்காக நாற்பது ஆண்டுகளாக இடையறாது உழைத்து வரும் தந்தைக்கும் மகளுக்கும் 2020-ம் ஆண்டில் பத்மஸ்ரீ விருது வழங்கப்பட்டிருக்கிறது. இது குறித்து ராதாமோகன் பகிர்ந்த வார்த்தைகள் நெகிழ்ச்சியானவை.

'பல ஆண்டுகள் உழைப்பின் பலனாக இயற்கை விவசாயத்திற்கு அங்கீகாரம் கிடைத்திருக்கிறது. இது எனக்குக் கிடைத்த விருது மட்டுமல்ல. இயற்கை விவசாயத்தின் வழியில் இந்த மண்ணின் வளத்தை மீட்டெடுக்கப் போராடும் ஒவ்வொரு இந்திய விவசாயிக்கும் வழங்கப்பட்ட விருது!'

★

ராதாமோகன் - சபர்மதி குறித்த ஆவணப்படம் ஒன்று.

https://bit.ly/3cKK3L8

15

அப்தெல்லா பௌதிரா

மோராக்கோவின் வேளாண் போராளி!

ஒரு கனியோ, காயோ செடியில் தானாகக் காய்த்தது என்றால் அதை உண்ணலாம். ஒரு செடியில் காய்க்க வைக்கப்பட்டது என்றால் அதை ஒருபோதும் உண்ணக்கூடாது!

வட ஆப்பிரிக்க தேசமான மொரோக்கோவின் பொருளாதாரத்தில் சுரங்கத்தொழில், சுற்றுலாத்துறை, பாஸ்பேட் வளம் ஆகியவை முக்கியப் பங்கு வகித்தாலும் முதுகெலும்பு என்னவோ விவசாயம்தான். ஆனால், கடந்த முப்பது ஆண்டுகளில் குறைந்துபோன மழையளவும், அதிகரித்துவிட்ட வெப்பநிலையும், அவ்வப்போது வந்துபோகும் வறட்சியும் விவசாயத்தைத் தள்ளாடச் செய்கின்றன. முக்கியமாக அதிக உற்பத்தி வேண்டி, அதீதமாகப் பயன்படுத்தப்பட்ட செயற்கை உரங்களாலும், நவீன விதைகளாலும், நச்சுப் பூச்சுக்கொல்லிகளாலும் மண்ணானது ரத்தக்கண்ணீர் வடிக்க, விவசாயிகள் தாங்க முடியாத கடன் சுமையால் விவசாயத்தை விட்டு

வெளியேறும் நிலைக்குத் தள்ளப்பட்டிருக்கிறார்கள். இந்த அசாதாரணமான சூழலில்தான் 'இயற்கை விவசாயி'யாக மாறி, தேறி, மேலேறி வந்து நம்பிக்கையுடன் நிற்கிறார் அப்தெல்லா பௌதிரா என்ற மொரோக்கோ குடிமகன். அவரது நம்பிக்கை தரும் வெற்றி மொரோக்கோ தேசத்துக்கே மீண்டும் இயற்கை விவசாயத்தை நோக்கிய வழிகாட்டும் வெளிச்சமாக மாறியிருக்கிறது.

மொரோக்காவின் தென்மேற்கில் அமைந்திருக்கும் அகாதிர் என்ற ஊரைச் சேர்ந்தவர் அப்தெல்லா. மூன்றாவது தலைமுறை விவசாயி. அப்தெல்லாவின் தாத்தா 1920-களில் இருந்தே விவசாயியாக இருந்தவர். மொத்தம் 16 ஏக்கர் நிலம் அவரது வசம் இருந்தது. அவருக்குத் தெரிந்தது எல்லாம் இயற்கை விவசாயம் மட்டுமே. கீரைகள், காய்கறிகள் பயிரிட்டார்கள். அத்தி, திராட்சை, ஆரஞ்சு, மாதுளை என்று பழங்களைப் பயிரிட்டார்கள். மலர்த்தோட்டங்களைப் பராமரித்தார்கள். அப்தெல்லாவின் பால்ய நாள்கள் பசுமையாக இருந்தன. பட்டாம்பூச்சிகளைப் பிடித்துக் கொண்டும், பறவைகளை விரட்டிக் கொண்டும் வளரும் பருவத்திலேயே பயிர்த்தொழிலும் பழகிக் கொண்டான் அப்தெல்லா. தாத்தா, பாட்டி, அப்பா, அம்மா, உறவினர்கள், குழந்தைகள் என்று எல்லோருமே வயலில் கிடந்தார்கள். வாழ்க்கை நிம்மதியாகவே இருந்தது. அந்த வில்லன் வரும் வரை.

தாத்தா காலத்தில் எட்டு மீட்டர் ஆழத்தில் கிடைத்த நீரானது, அப்போது 120 மீட்டர் தாண்டியும் கிடைக்காமல் போயிருந்தது. வெப்பநிலை அதிகரிப்பு, பொய்த்த மழை, வறட்சி, புதிய புதிய நோய்கள். பரம்பரை பரம்பரையாக விவசாயம் செய்து கொண்டிருந்த பலர், நிலங்களை விற்றுவிட்டு வேறு வேலைக்குப் போக ஆரம்பித்திருந்தார்கள்.

1980-களுக்கு முன்பு வரை அந்த விவசாயிகள் பாரம்பரிய விதைகளைச் சேகரித்து வைத்திருந்தார்கள்.

அப்தெல்லாவின் தாத்தாவும் அப்பாவும், தக்காளியை அதிகம் விளைவித்தார்கள். அந்தப் பகுதியில் யாருக்குத் தக்காளி விதை தேவை என்றாலும் அவர்களிடமே வருவார்கள். அவர்கள் அந்த விதைகளை இலவசமாகவே கொடுத்தார்கள். பதிலுக்கு மற்ற விவசாயிகளிடமிருந்து பீன்ஸ், வெங்காயம், கேரட், பூசணி விதைகளைப் பெற்றுக் கொண்டார்கள். இப்படியாகப் பாரம்பரிய விதைகளைத் தங்களுக்குள் பரிமாறிக் கொண்டு நிம்மதியாக, ஆரோக்கியமாக இருந்தார்கள். அப்போதெல்லாம் அவர்கள் யாரும் விதைகளைக் காசு கொடுத்து வாங்கவில்லை.

1980-களில் கலப்பு விதைகள் அங்கே இடது காலை எடுத்து வைத்தன. சில விவசாயிகளிடம் அவை புகுத்தப்பட்டன. 'விதை விலை குறைவுதான். தக்காளி வழக்கத்தைவிட அதிகமா காய்க்கும். எல்லாம் ஒரே மாதிரி சைஸ்ல பார்க்க பளபளன்னு இருக்கும்' என்று ஆசை காட்டி விளைநிலங்களுக்குள் அந்த விஷத்தைப் புகுத்தினார்கள். அவர்கள் சொன்னதெல்லாம் நடந்தது. பளபள தக்காளிகளுக்கு சந்தையில் மவுசு அதிகரிக்க, மற்றோரும் கலப்பு விதைகளைக் காசு கொடுத்து வாங்க ஆரம்பித்தார்கள். அந்தச் சுழலில் அப்தெல்லாவின் தந்தையும் விழுந்தார். அவர்களது வயலிலும் கலப்பு விதைகள் வேரூன்றின. காலப்போக்கில் பாரம்பரிய விதைகளைச் சேகரித்து வைக்கும் பழக்கம் மறந்தே போனது. மொரோக்கோ மண்ணின் பாரம்பரிய விதைகள் மறையத் தொடங்கின.

தக்காளிகளும், மற்ற காய்கறிகளும் பளபளவென்றுதான் இருந்தன. அதேசமயம் செடிகளில் புதிது புதிதாக நோய்களும் தோன்றின. அந்த நோய்களைப் போக்குவதற்கென்று நவீன பூச்சிக்கொல்லிகள் எட்டிப் பார்த்தன. புதிய ரசாயன உரங்கள் உள்ளே வந்தன. கனிகள், காய்கறிகள், கீரைகள் என்று எல்லாமே கலப்பு விதைகளாகிப் போயின. சர்வதேச நிறுவனங்களின் ஆக்கிரமிப்பு. ஒரு காலத்தில் பாரம்பரிய விதைகளை இலவசமாகவே பரிமாறிக் கொண்ட மொரோக்கோ விவசாயி, ஒரு கிலோ கலப்பு விதையை வாங்குவதற்குக்கூட கடன் வாங்கும்

மாண்புமிகு
இயற்கை
விவசாயி

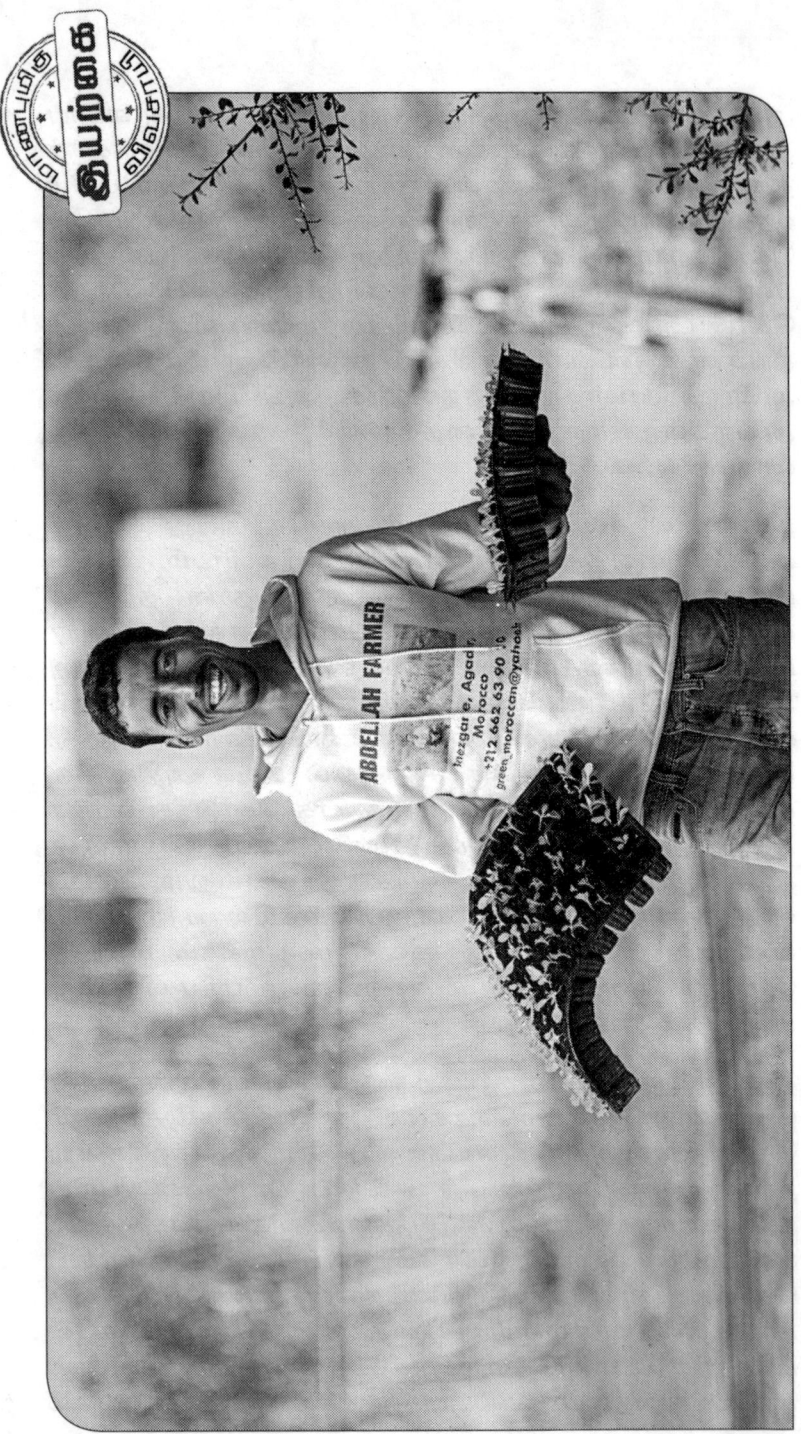

அவல நிலைக்குத் தள்ளப்பட்டான். அதிக மகசூல் என்ற வார்த்தையில் அடி முட்டாளாக்கப்பட்டதை அவன் உணர்ந்தாலும், அந்தச் சுழலிலிருந்து அவனால் மீள முடியவில்லை. ஒன்று, விவசாயத்தைக் கைவிட்டான் அல்லது உயிரை.

2001-ம் ஆண்டில் படிப்பை முடித்தார் அப்தெல்லா. இனி முழுநேர விவசாயம்தான் என்று முடிவெடுத்தார். அதற்குச் சில வருடங்களுக்கு முன்புதான் அவரது தாத்தா இறந்து போயிருந்தார். தாத்தாவுக்கு மொத்தம் 16 ஏக்கர் நிலம் இருந்தது. வாரிசுகள் பிரித்துக்கொண்டதில் அப்தெல்லாவின் தந்தைக்கு 4 ஏக்கர் நிலம் மட்டுமே கிடைத்தது. மீதி நிலத்தைப் பெற்றுக் கொண்ட சகோதரர்களில் ஒருவர்கூட விவசாயம் செய்ய விரும்பவில்லை. நிலத்தை விற்றுக் காசாக்கிக் கொண்டார்கள். அந்த விளைநிலங்களில் கட்டடங்கள் முளைத்தன.

இந்தச் சூழலில்தான் அப்தெல்லாவும் முழுநேர விவசாயியாகக் களம் இறங்கினார். அவரது அப்பா தன் பங்கு நிலத்தில் தக்காளி மட்டும் விளைவித்துக் கொண்டிருந்தார். ஏனென்றால் அவர்களது நிலம் கலப்பு விதைகளாலும், செயற்கை உரங்களாலும் சீர்கெட்டுப் போயிருந்தது. அப்போதைக்கு தக்காளி மட்டுமே அங்கே விளைந்தது. தக்காளிச் செடிகளின் மீது வாரத்தில் மூன்று நாள்கள் தவறாமல் கெமிக்கல் அபிஷேகம் செய்ததால் தளதளவென தக்காளிகள் விளைந்தன. ஆரோக்கியத்தின் எமனாகத் தோன்றிய அந்தத் தக்காளி விவசாயம், அப்தெல்லாவுக்குப் பிடிக்கவே இல்லை. தவிர, ஒரு கிலோ தக்காளி விதையின் விலையானது, மொரோக்கோவின் தங்கத்தின் விலையைவிட அதிகமாக இருந்தது. விளைவித்த தக்காளிக்கும் முறையான லாபம் இல்லை. இடைத்தரகர்கள் ஏப்பம் விட்டுக் கொண்டார்கள். எப்போதும் கடன் சுமை அப்தெல்லா குடும்பத்தைத் துரத்திக் கொண்டே இருந்தது.

அந்தப் பிரதேசத்தில் பலரும் அவரது தந்தையைப் போல, ஒரே பயிரை மட்டும் பயிரிட்டுக் கொண்டே இருந்தார்கள். விளைநிலங்கள் அனைத்துமே பாழ்பட்டுக் கிடந்தன. தாத்தா காலத்தில் எட்டு மீட்டர் ஆழத்தில்

கிடைத்த நீரானது, அப்போது 120 மீட்டர் தாண்டியும் கிடைக்காமல் போயிருந்தது. வெப்பநிலை அதிகரிப்பு, பொய்த்த மழை, வறட்சி, புதிய புதிய நோய்கள். பரம்பரை பரம்பரையாக விவசாயம் செய்து கொண்டிருந்த பலர், நிலங்களை விற்றுவிட்டு வேறு வேலைக்குப் போக ஆரம்பித்திருந்தார்கள்.

இதிலிருந்து எல்லாம் விடுபட வேண்டும், மீண்டு வர வேண்டும் என்று தீர்க்கமாக முடிவெடுத்தார் அப்தெல்லா. தாத்தா காலத்தில் பரிமாறிக் கொண்ட பரம்பரை விதைகள் யாரிடமாவது கிடைக்குமா என்று தேடினார். தேடினார். தேடிக் கொண்டே இருந்தார். விதை அரசியலில் மொரோக்கோ தேசத்தின் விவசாயிகளும் வீழ்த்தப்பட்ட அவலம் நெஞ்சை அழுத்தியது. வேறு வழியே இன்றி வயிற்றுப் பிழைப்புக்காக, தந்தையுடன் சேர்ந்து தக்காளி விவசாயத்தைத் தொடர்ந்து கொண்டிருந்தார்.

அப்தெல்லாவுக்கு ஃபேஸ்புக் அறிமுகமானது. அங்கே கணக்கு தொடங்கிய அப்தெல்லா, விவசாயம் சார்ந்த அயல்தேச நண்பர்களின் நட்பைப் பெற்றார். குறிப்பாக தனது பாரம்பரிய விதைகளின் தேவையை அமெரிக்க நண்பர்களுக்குத் தெரியப்படுத்தினார். அவர்கள், அமெரிக்காவின் *Baker Creek* என்ற பாரம்பரிய விதைகள் விற்கும் நிறுவனத்திடமிருந்து விதைகளை வாங்கி மொரோக்கோவுக்கு அனுப்பினர். ஆனால், விதைகள் அப்தெல்லாவின் கைகளுக்குக் கிடைக்கவில்லை. மொரோக்கா அதிகாரிகள், இதையெல்லாம் அனுமதிக்க முடியாது என்று அந்த விதைகளை அமெரிக்காவுக்கே திருப்பி அனுப்பி வைத்தனர். கார்ப்பரேட்களின் நண்பனாக விளங்கும் மொரோக்கா அரசு, பாரம்பரிய விதைகள் எந்தக் காரணத்தைக் கொண்டு விவசாயிகளின் கையில் கிடைத்துவிடக்கூடாது என்று உறுதியாக இருந்தது.

தீமைகளுக்கு ஆயிரம் வழிகள் இருக்கின்றன என்றால், நல்லது நடக்கவும் ஏதாவது வழி இருக்கும்தானே. எப்படியோ அமெரிக்காவில் இருந்து பாரம்பரிய விதைகளை வரவழைத்துப் பெற்றுக் கொண்டார் அப்தெல்லா.

2012-ம் ஆண்டில் பாழ்பட்ட தன் நிலத்தை பக்குவமாக்கும் முயற்சிகளில் இறங்கினார். அது எல்லோருக்கும் தெரிந்த வழிதான். இயற்கை வழி! மண்ணைச் சரணடைந்தார். சில காலம் பொறுமையாக இருந்தார். கவனமாக உழைத்தார். செத்த நிலம் சத்துள்ளதாக மீண்டது. பிறகே விதைத்தார். பல ஆண்டுகளுக்குப் பிறகு பாரம்பரிய விதைகளைப் பெற்றுக் கொண்ட அந்த மண், மகிழ்ச்சியாக முளைத்தது. பூத்தது. காய்த்தது. காய்கறிகளையும் கனிகளையும் கீரைகளையும் கனிவுடன் தந்தது.

இடைத்தரகர்கள் இல்லாமல் நேரடியாக வாடிக்கையாளர் களிடம் கொண்டு போய்ச் சேர்த்தார் அப்தெல்லா. ஆரம்பத்தில் லாபமே இல்லையென்றாலும் அப்தெல்லா வுக்கு நிம்மதியாகத் தூக்கம் வந்தது. வயலில் இறங்கும் போதெல்லாம் மனம் நிறைவாகவே உணர்ந்தது. மொரோக்கோ மக்கள், இயற்கையான, ஆரோக்கியமான, சத்துமிக்கக் காய்கறிகளுக்கும் பழங்களுக்கும் கீரைகளுக்கும் எவ்வளவு ஏங்கிக் கிடக்கிறார்கள் என்ற நிதர்சனம் அப்தெல்லாவுக்குப் புரிந்தது. பாரம்பரிய விதைகளைச் சேகரிக்கவும் தொடங்கினார். மற்றவர்களுடன் பகிர்ந்து கொண்டார். தான் மீண்டும் கொண்டு வந்த இயற்கை விவசாயத்தை மற்றவர்களுக்குக் கற்றுக் கொடுக்க ஆரம்பித்தார். நோய்கள் தாக்கினாலும் வேதிப்பொருள்களிடம் தஞ்சமடையக்கூடாது. பூச்சிக்கள் மிரட்டினாலும் மிளகாய்க்கரைசல், மிளகுக்கரைசல் என்று

இயற்கையைவிட்டு நழுவவே கூடாது என்று உணர்ந்தார். மற்றவர்களுக்கும் உணர்த்தினார்.

இப்போது மேற்கு ஐரோப்பிய நாடுகள் சிலவற்றுக்கும் அப்தெல்லாவின் இயற்கை விளைபொருள்கள் ஏற்றுமதியாகிக் கொண்டிருக்கின்றன. அப்தெல்லாவிடம் ஏக்கர் கணக்கில் விளைநிலம் இல்லை. அவர் கொழுத்த லாபம் சம்பாதிக்கவில்லை. ஆனாலும் மொரோக்கோவில் பாரம்பரிய விதைகளை மீட்டெடுக்கும் பணியில் முதல் ஆளாக நிற்கிறார். கார்ப்பரேட் கம்பெனிகளின் கயமைத்தனங்களை உடைத்து, இயற்கை விவசாயத்தை மீட்டெடுக்கும் பணிகளில் அர்ப்பணிப்புடன் இயங்கி வருகிறார். விலையில்லா பாரம்பரிய விதைகள், கடன் இல்லா விவசாயம், ஆரோக்கியமான விளைபொருள்கள் என்று 1980-களுக்கு முன்பு இருந்த நிலையை மீண்டும் மலரச் செய்யும் மகத்தான போராட்டத்தில் மனமுவந்து ஈடுபட்டு வருகிறார்.

அப்தெல்லாவின் அனுபவ வார்த்தைகள் இவை.

'எப்போதும் இயற்கை நமக்கு எல்லாமே கற்றுக் கொடுக்கும். ஆனால், நாம்தான் கற்றுக்கொள்ளத் தவறிவிடுகிறோம். தன் மண்ணை நேசிக்கும் ஓர் உண்மையான விவசாயி, விவசாயத்தை மகிழ்வுடனேயே செய்வான். தன் மண்ணின் நலம் கெட்டுவிடக்கூடாது என்பதில் பெரிதும் கவனமாக இருப்பான். எந்தப் பிரச்னை என்றாலும் இயற்கையான ஒரு வழியைக் கண்டுபிடித்து மீளுவான். வங்கிகளிடம் கையேந்தாத விவசாயி, தன் நிலத்தில் சுழற்சி முறையில் பயிரிடும் விவசாயி, தன் விளைபொருளை சந்தைப்படுத்தும் உத்தி தெரிந்த விவசாயி என்றுமே தோற்றுப்போவதில்லை!'

16

ஃப்ளோரிஸ் நியு

சமோவாவின் சூரிய ஒளி!

> **மரபுக்குத் திரும்புதல் என்பது இயற்கையாக விளைந்த பொருள்களை வாங்கி உண்பதும், மரபு மருத்துவத்தைக் கடைப்பிடித்தலும் அன்று. மனிதர்கள் ஒரு கூட்டுச்சமூகமாக, பல்லுயிர்களுடனும் இயைந்து இயற்கையான முறையில் கூட்டு வாழ்க்கை வாழ்தலே மரபுக்குத் திரும்புதலின் உண்மையான பொருள்.**

சமோவா - தென் பசிபிக் பெருங்கடலில் அமைந்துள்ள ஒரு தீவு நாடு. இதன் அருகிலுள்ள பெரிய நாடு நியு ஸிலாந்து. 1962-ம் ஆண்டு வரை நியு ஸிலாந்தின் ஆதிக்கத்தில்தான் சமோவா இருந்தது. ஆக, நியு ஸிலாந்து தேசத்தினரும் ஆஸ்திரேலியர்களுக்கும் சமோமாவில் அதிகம் தென்படுவார்கள். அதேபோல நியு ஸிலாந்து வாழ் சமோவர்கள் என்று தனியே ஒரு குழுவும் உண்டு.

சமோவா தீவின் பொருளாதாரம் விவசாயத்தையும் சுற்றுலாவையும் நம்பித்தான் இருக்கிறது. தேங்காய் முக்கிய

விளைபொருள். அடுத்த விஷயமாக சாக்லேட் தயாரிக்கப் பயன்படும் கோகோவைச் சொல்லலாம். சமோவா தீவில் விளைந்த கோகோவுக்கு நியு ஸிலாந்திலும் ஆஸ்திரேலியாவிலும் நல்ல மதிப்பு இருந்து வருகிறது.

ஃப்ளோரிஸ் நியு என்ற பெண்ணின் பாட்டனும் கோகோ பயிரிட்டவர்தான். புலேகா என்பது அவர் பெயர். ஒல்லியாக, நெட்டையாக, துறுதுறுவென தோட்டத்தில் வேலை பார்த்துக் கொண்டே இருப்பார். சமோவாவின் டுவானை என்ற கிராமம் அவர்களது சொந்த ஊர். குழந்தையாக ஃப்ளோரிஸ் இருக்கும்போதே புலேகாவின் வயது நூறுக்கும் மேல். அந்தப் பாட்டன் அன்புடன் பேசுவார். பழங்கதைகள் சொல்லுவார். வாஞ்சையுடன் உணவு ஊட்டுவார். வெகு தூரத்தில் இருந்தெல்லாம் புலேகாவைத் தேடி வருவார்கள். அவரிடம் விவசாயம் குறித்து சந்தேகம் கேட்டுப் போவார்கள். பயிர்த்தொழிலில் அவருக்கு இருந்த அனுபவம், தீவில் வேறு யாருக்குமே இல்லை என்றே சொல்லலாம். ஃப்ளோரிஸுக்கு இயற்கை மீதான நேசத்தை விதைத்தது பாட்டன் புலேகாதான். 120 வயது வரை நிறைவாழ்வு வாழ்ந்து 'இயற்கை' எய்திய பெருங்கிழவன்.

ஃப்ளோரிஸின் தந்தை, தனது தாத்தாவைப் போல் நெறிமுறைகளுக்குக் கட்டுப்பட்டு வாழ்ந்தவர் அல்ல. கடுமையான உழைப்பாளி. ஆனால், உணவிலோ மதுவிலோ கட்டுப்பாடு கிடையாது. 52 வயதில் இறந்து போனார். அதாவது அவரது தாத்தா புலேகாவுக்கு முன்பாகவே. அப்போது ஃப்ளோரிஸின் வயது 8 மட்டுமே. வாழ்க்கை தலைகீழாகிப் போனது. வறுமையும் இயலாமையும் நிறைந்த அந்தச் சூழல், ஃப்ளோரிஸின் குடும்பத்தை நியு ஸிலாந்து நோக்கி நகர்த்தியது. அங்கே சென்று ஏதாவது செய்து பிழைத்துக் கொள்ளலாம் என்று ஃப்ளோரிஸின் தாயார் முடிவெடுத்திருந்தார்.

நியு ஸிலாந்து வாழ்க்கை, 'பணம்தான் எல்லாம். நிறைய சம்பாதிக்க வேண்டும். கஷ்டமில்லாமல் சந்தோஷமாக உலகின் சுகங்களை எல்லாம் அனுபவித்து வாழ வேண்டும்' என்ற மேற்கத்திய மோகத்தை சிறுமி ஃப்ளோரிஸின் மனதில் ஆழமாக விதைத்தது. படித்தார். முடித்தார்.

கார்ப்பரேட் நிறுவனம் ஒன்றில் வேலை. கைநிறையச் சம்பளம். வார இறுதிக் கொண்டாட்டங்கள். மது. நவீன உணவுகள். இளமைத் தினவில் ஒரு காதல். திருமணம். ஒரு பெண் குழந்தை. நின்று நிதானமாக யோசித்துப் பார்க்க நேரமற்ற சுழற்சி வாழ்க்கை.

வாரம் 70 மணி நேரம் வேலை பார்த்தால் இன்னும் கை நிறைய சம்பாதிக்கலாம். மகளின் வருங்காலத்துக்காகச் சேமித்து வைக்கலாம். இது மட்டுமே ஃப்ளோரிஸின் ஒரே எண்ணமாக இருந்தது. உடலுக்குள் புகுந்த புற்றுநோய் அனைத்தையும் ஒரே நொடியில் புரட்டிப் போட்டது. கூடவே கணவருடனான பிரச்னை. விவாகரத்து. மகளைத் தன்னுடனேயே வைத்துக் கொள்வதற்காக நீதிமன்றத்தில் நீண்ட நெடிய போராட்டம். உடல் ரீதியாகவும், மன ரீதியாகவும் துவண்டு போனார் ஃப்ளோரிஸ். கர்ப்பப்பை வாய் புற்றுநோய்க்காக உடல் எதிர்கொண்ட அறுவை

சிகிச்சைகள் அவரைப் பிழிந்து போட்டன. இனி உயிருக்கு ஆபத்தில்லை என்றார்கள். உயிர் வாழ்ந்துதான் ஆக வேண்டுமா என்ற மனச்சோர்வு ஃப்ளோரிஸை வாட்டியது. அவர் மிகவும் நேசித்த நியு ஸிலாந்து, பேரிரைச்சலுடன் பெரும் வலியைத் தந்தது.

நீண்ட விடுமுறை எடுத்துக் கொண்டார். தென்மேற்கு பசிபிக் பெருங்கடலில் அமைந்த நியு கலிடோனியா என்ற தீவுக்கு மகளுடன் சென்றார். வாரக்கணக்கில் தங்கினார். அந்த அமைதியான கடற்கரை, ஃப்ளோரிஸுக்கு சமோவா நாள்களை நினைவுக்குக் கொண்டு வந்தது. இதற்கு மேலும் நியு ஸிலாந்து வாழ்க்கை தேவையா என்ற கேள்வி அழுத்தியது. 'என் தாயகம் நோக்கித் திரும்புதலும், அன்று என் பாட்டன் வாழ்ந்த மரபை நோக்கித் திரும்புதலுமே நான் பிழைத்திருப்பதற்கான ஒரே வழி!' ஃப்ளோரிஸ் தீர்க்கமாக முடிவெடுத்தார். அந்த முடிவுக்கு அவரது மகளும் சம்மதித்தாள்.

2014-ம் ஆண்டில் நியு ஸிலாந்து நரக வாழ்க்கையை விட்டு விடுதலையாகி, சமோவாவின் டுவானை கிராம வாழ்க்கைக்குள் மீண்டு வந்தார் ஃப்ளோரிஸ். தனது தாயின் வழியில் வந்த முன்னோர்களின் நிலத்தின் கோகோ மரங்கள் பயிரிட்டு வாழ்வின் மீதியையாவது பசுமையான உணர்வுகளுடன் வாழலாம் என்று நினைத்தார். நினைத்ததெல்லாம் நடந்துவிட்டால்?

'ஒரு பெண் நம்மை மீறி இயற்கை விவ்சாயம் செய்யலாமா?' பொறாமையில் பொங்கிய அக்கம் பக்கத்தினர், அந்த கோகோ பழங்களை இரவோடு இரவாகத் திருடினர். ஃப்ளோரிஸின் பண்ணை மரங்களை வெட்டினர். பாதையை, வேலிகளைச் சேதப்படுத்தினர்.

டுவானை மக்கள், ஃப்ளோரிஸை ஏற்றுக் கொள்ளவே இல்லை. 'நீதான் நியுஸிலாந்துக்காரி ஆயிற்றே. இங்கே என்ன செய்யப் போகிறாய்?' என்று எதிர்த்தார்கள். 'இது உன் நிலம் அல்ல'

என்று பிரச்னை செய்தார்கள். பெண்ணுக்கெல்லாம் நிலம் சொந்தமாக இருக்கக்கூடாது என்னும் பிற்போக்குத்தனம். ஒரு பெண் விவசாயியாக இருக்க வேண்டும் என்றால் அவளுடைய கணவன் விவசாயியாக இருக்க வேண்டும் என்று அவர்களே சட்டம் வைத்துக் கொண்டார்கள். கோகோ தோட்டங்களில் நாளெல்லாம் உழைப்பது பெண்களே. ஆனால், அவர்கள் உழைப்புக்கு அங்கீகாரம் வழங்கப்படவில்லை. பெண் என்பவள் தந்தையையோ, கணவனையோ சார்ந்து கிடக்க வேண்டும். உழைத்துக் கொட்ட வேண்டும் என்ற அடிமை வாழ்க்கைக்கு சமோவா பெண்களும் பழகியிருந்தார்கள். எனவே, ஊரில் எந்த ஒரு பெண்ணும் ஃப்ளோரிஸுக்கு ஆதரவாகக் குரல் கொடுக்கவில்லை. மாறாக, ஃப்ளோரிஸைத் தகாத வார்த்தைகளால் வசை பாடினார்கள்.

எதிர்ப்புகளை எல்லாம் புறந்தள்ளிவிட்டு, முற்றிலும் இயற்கை முறையில் கோகோ பயிரிட ஆரம்பித்தார் ஃப்ளோரிஸ். ஆனால், 2015-ம் ஆண்டில் பஞ்சம் அந்தத் தீவில் தஞ்சம் புகுந்து ஃப்ளோரிஸின் நெஞ்சத்தை மேலும் புண்ணாக்கியது. தனக்குத் தோள் கொடுக்கத் தயாராக வந்த சகோதரனைக்கூட ஃப்ளோரிஸ் பண்ணைக்குள் விடவில்லை. 'ஒரு பெண்ணால் தனியாக நின்று சாதிக்க முடியும்' என்று சமோவா பெண்களுக்கு நிரூபிக்க விரும்புகிறேன்' என்று நம்பிக்கையுடன் நின்றார் ஃப்ளோரிஸ்.

எந்தச் சூழலிலும் ரசாயன உரங்கள், பூச்சிக்கொல்லிகள், செயற்கை விஷயங்கள் எதையுமே பயன்படுத்தக் கூடாது என்பதில் தீர்க்கமாக இருந்த ஃப்ளோரிஸ், தன் பாட்டன் புலேகா உருவாக்கிய இயற்கையான தோட்டங்களை மறு உருவாக்கம் செய்ய உழைத்தார். அடுத்தடுத்த ஆண்டுகளில் அதற்கான பலன் கிடைக்க ஆரம்பித்தது. கோகோ பழங்கள் வனப்புடன் காய்த்துத் தொங்கின.

'ஒரு பெண் நம்மை மீறி இயற்கை விவசாயம் செய்யலாமா?' பொறாமையில் பொங்கிய அக்கம் பக்கத்தினர், அந்த கோகோ பழங்களை இரவோடு இரவாகத் திருடினர். ஃப்ளோரிஸின் பண்ணை மரங்களை வெட்டினர். பாதையை, வேலிகளைச் சேதப்படுத்தினர். ஓரிரு முறை

ஃப்ளோரிஸ் நேரடியாகவே தாக்கப்பட்டார். பொறுக்க முடியாத ஃப்ளோரிஸ், போலீஸிடம் சென்று நின்றார்.

'இதெல்லாம் நாங்க தீர்க்க முடியாது. ஊர் கவுன்சில் தலைவர்கிட்ட போய்ச் சொல்லு' என்று காவல்துறையும் ஆண் திமிர் காட்டியது. கவுன்சில் தலைவரை ஃப்ளோரிஸ் பார்க்கச் சென்றபோது, 'பொம்பளையெல்லாம் இங்க வரக்கூடாது. போய் வீட்ல யாராவது ஆம்பள இருந்தா வரச்சொல்லு' - ஆணாதிக்கவாதிகள் மிரட்டினார்கள். விரட்டினார்கள். வேறு வழியின்றி ஃப்ளோரிஸ் தன் சகோதரனை அனுப்பி வைத்தார். அவர் பணிவுடன் புகார் செய்து, தன் சகோதரியின் தோட்டத்துக்குப் பாதுகாப்பு கேட்டார். சச்சரவுகள் சற்றே குறைந்தன.

வெளியில் எத்தனையோ பிரச்னைகள் இருந்தாலும், தன் பண்ணைக்குள் நுழைந்ததும் எல்லாவற்றையும் மறந்தார் ஃப்ளோரிஸ். இயற்கையிடம் தன்னை ஒப்புக் கொடுத்தார். அந்த மண்ணும் மரங்களும் வலிகளை மறக்கச் செய்தன. புது ரத்தம் பாய்ச்சின. ஃப்ளோரிஸை உற்சாகமாக்கி உயிர்ப்பித்தன. தன் மகளுக்கு வளமான, ஆரோக்கியமான வருங்காலத்தைத் தர வேண்டும் என்பதை நோக்கிச் செயல்பட்டார் ஃப்ளோரிஸ். *SunShine Farms* என்று தன் பண்ணைக்குப் பெயரிட்டார்.

நியு ஸிலாந்தின் *SHE Universe* என்ற நிறுவனம், ஃப்ளோரிஸுக்கு நல் வாய்ப்பு ஒன்றை வழங்கியது. சமோவாவில் விளைந்த இயற்கையான கோகோ கொண்டு பாரம்பரிய முறையில் சாக்லேட் தயாரித்து தரச் சொன்னது. ஃப்ளோரிஸுக்கான வணிகக் கதவு திறந்தது. ஆர்கானிக் சாக்லேட்டுகள் மணமணத்தன. இன்னும் சில வணிக வாய்ப்புகளும் விரிந்தன.

நாளடைவில் தனி ஒருத்தியாகப் போராடும் ஃப்ளோரிஸ் மீது ஊர்ப்பெண்கள் சிலருக்குப் பரிதாபம் வந்தது. பரிதாபம் பாசமாக மாறியது. அந்தப் பாசம் அவருடன் கைகோக்கச் செய்தது. கைகோத்தபின் பொழுதெல்லாம் உழைக்கும் தாங்கள் எவ்வளவு முட்டாளாக, அடிமையாக இருக்கிறோம் என்ற உண்மையை உணர்ந்து கொண்டார்கள். சமோவாவில் கோகோ

விவசாயிகளுக்காக அமைப்பு ஒன்று செயல்படுகிறது. அங்கே உறுப்பினராக பெண்களுக்கு அனுமதி கிடையாது.

தேவையே இல்லை என்று உணர்ந்த ஃப்ளோரிஸ், தன்னைப் போன்ற பெண் விவசாயிகளுக்காக அமைப்பு ஒன்றைத் தானே தொடங்கினார். Samoa Women's Association of Growers. சுருக்கமாக SWAG. சமோவா தீவில் ஆணாதிக்கக் களையைப் பிடுங்கிய அந்தப் பெண்களால், இயற்கை விவசாயம் மீண்டும் களைகட்டத் தொடங்கியது.

அடுத்தகட்டமாக, 'எல்லோரும் என் பண்ணைக்கு வாருங்கள். இயற்கை விவசாயம் கற்றுக் கொள்ளலாம்' என்று 'வேளாண் சுற்றுலா' நடத்தத் தொடங்கியிருக்கிறார் ஃப்ளோரிஸ். நியு ஸிலாந்து, ஆஸ்திரேலியா மற்றும் பிற நாடுகளிலிருந்து மக்கள் பேக்-பேக் உடன் சமோவா வந்து இறங்குகின்றனர். சன்ஷைன் பண்ணையில் இயற்கை விவசாயியாக மாறுகின்றனர். ஆர்கானிக் சாக்லேட் தயாரிக்கக் கற்றுக் கொள்கின்றனர். ஃப்ளோரிஸ், தன் பண்ணையில் விளைந்த பப்பாளி, தேங்காய், தர்பூசணி, கொய்யா, அவாகடோ, மரவள்ளிக்கிழங்கு, சேப்பங்கிழங்கு, வாழை, பிற மூலிகைகள் கொண்டு விதவிதமாகச் சமைத்துத் தருகிறார்.

பண்ணையில் அமைந்திருக்கும் ஃப்ளோரிஸின் வீடு சிறியதுதான். அங்கே சமையலறை மட்டும் பெரியது. 'ஆரோக்கியமானவற்றை உண்டு நலமுடன் வாழ்வதைத் தவிர வேறென்ன வேண்டும்!' என்று சுற்றுலாப் பயணிகளிடம் ஃப்ளோரிஸ் கேட்கும்போது, அவர்களது அகக்கண்களும் இயற்கையை நோக்கித் திரும்புகின்றன.

சில வருடங்களுக்கு முன்பு சமோவா மக்களால் முற்றிலும் புறக்கணிக்கப்பட்ட ஃப்ளோரிஸ், இன்று இயற்கை விவசாயத்தால் தலைநிமிர்ந்து நிற்கிறார். அந்தத் தீவின் பல நூறு பெண்களுக்கு வழிகாட்டும் கலங்கரை விளக்கமாகத் திகழ்கிறார். அவரது சன்ஷைன் பண்ணை, சமோவா தீவுக்குப் புதிய வெளிச்சம் கொடுத்திருக்கிறது. அங்கே பாட்டன் புலேகா அமைதியாகப் புன்னகை செய்து கொண்டிருக்கிறார்.

17

நிக் சாகெல்லாரோபௌலாஸ்

ஆலிவ் ஆயில் அரசன்!

ஆலிவ் மரங்கள் – சொர்க்கத்திலிருந்து பூமிக்கு அனுப்பப்பட்ட பரிசு. இயற்கையான ஒவ்வொரு ஆலிவ் பழமும் மனிதனைப் பரிசுத்தமாக்குகின்றன. ஒருவன் தனது ஆரோக்கியத்துக்காக ஆலிவ் எண்ணெயை நேசிக்கத் தொடங்க வேண்டும். பின் அவன் நரம்பில்கூட ஆலிவ் எண்ணெய் ஓட ஆரம்பித்துவிடும்.

ஆலிவ் எண்ணெய்க்கு கிரீஸ் மக்கள் வைத்திருக்கும் இன்னொரு மதிப்புமிக்க பெயர், 'திரவ தங்கம்'. ஆலிவ் மரத்துக்கும் கிரேக்க மக்களுக்குமான தொடர்பு என்பது புராண காலத்திலேயே ஆரம்பமாகிறது. அடிகா என்ற புதிய நகரத்தை கிரேக்கக் கடவுள்கள் நிர்மாணித்தார்கள். அந்த நகரத்துக்குப் பயன் தரும்படி அரிய பரிசு ஒன்றை யார் படைக்கிறார்கள் என்ற போட்டி எழுந்தது. கடலை ஆளும் ஆண் கடவுளான பொஸைடன், பாறை ஒன்றை அடித்துப் பிளந்து உப்பு நீரூற்று ஒன்றை உருவாக்கினார்.

> என் தாத்தா வளர்த்ததுபோல, கிறிஸ்துவுக்கு முந்தைய காலத்தில், அலெக்ஸாண்டர் காலத்தில் வளர்ந்ததுபோல முற்றிலும் இயற்கையான முறையில் ஆலிவ் மரங்களை வளர்க்க வேண்டும்.

ஞானத்தின் பெண் கடவுளான ஏதெனா, பாறை ஒன்றை ஈட்டியால் பிளந்தாள். அங்கே தாவரம் ஒன்று முளைவிட்டு, வேர் பரப்பி, கிளை பரப்பி, கனிகளிடன் செழித்து வளர்ந்து நின்றது. அது ஆலிவ் மரம். அமைதியின், வசந்தத்தின், நன்மையின் சின்னமாக ஆலிவ் மரத்தை உருவாக்கிய ஏதெனாவே போட்டியில் வென்றாள். ஆலிவ் மரம் கிரேக்கர்களின் புனித மரம் ஆன புராணக் கதை இதுதான்.

அரிஸ்டாட்டில் முதற்கொண்டு கிரேக்க மாவீரன் அலெக்ஸாண்டர் வரை ஆலிவ் எண்ணெய் விரும்பிகளாகத் தான் இருந்திருக்கிறார்கள். அலெக்ஸாண்டர் தான் படையெடுத்துச் செல்லும் இடங்களுக்கெல்லாம் பேரல் பேரலாக ஆலிவ் எண்ணெயையும் சுமந்து சென்றார். கிரேக்கப் போர் வீரர்களின் உணவில் ஆரோக்கியத்துக்காக தினசரி ஆலிவ் ஆயில் சேர்க்கப் பட்டது என்றெல்லாம் வரலாறு சொல்கிறது. அந்த வரலாற்றின் நீட்சியாக இந்த நூற்றாண்டிலும் கிரீஸில் ஒருவர் ஆலிவ் எண்ணெய் சாம்ராஜ்ஜியம் நடத்தி வருகிறார். அதுவும் பரிசுத்தமான இயற்கை வழியில்!

கிரீஸின் தெற்கே அமைந்திருக்கும் லக்கோனியா மாகாணத்தின் தலைநகரம் ஸ்பார்டாவைச் சேர்ந்தவர் நிக் சாகெல்லாரோபௌலாஸ் (Nick Sakellaropoulos). அங்கே டேகெட்டஸ் மலைப்பகுதிக்கும், பர்னோனாஸ் மலைப்பகுதிக்கும் இடைப்பட்ட பகுதிகள் ஆலிவ் மரங்கள் செழிப்பாக வளரும் பிரதேசமாகக் கருதப்படுகிறது. ஆதி காலத்திலிருந்தே ஆலிவ் மரங்கள் நிறைந்த புனிதப்

பகுதியாகவே வரலாற்றில் அது பதிவாகியிருக்கிறது. அந்த இடத்தின் தட்பவெப்ப நிலை ஆலிவ் மரங்கள் வளர்வதற்கு ஏற்ற விதத்தில் இருப்பது மிகவும் முக்கியமானது. அந்தப் பிரதேசத்தில்தான் நிக் ஆர்கானிக் ஆலிவ் பண்ணை வைத்து அரசாட்சி நடத்தி வருகிறார்.

நிக், தன் சிறுவயதிலிருந்தே ஆலிவ் மரங்களின் நிழலில் வளர்ந்தவர். அவரது தாத்தா ஆலிவ் இலைகளை கீரிடம் போலச் செய்து பேரன் தலையில் சூட்டி மகிழ்வார். தாத்தாவும், நிக்கின் தந்தையான ஜார்ஜும் ஏணி போட்டு ஆலிவ் மரங்களில் ஏறி அதன் காய்களையும் பழங்களையும் உதிர்ப்பார்கள். கீழே விழும் ஆலிவ் பழங்களைப் பொறுக்கி ஓரிடத்தில் சேகரிக்கும் வேலையை நிக் விருப்பமுடன் செய்வார். ஆலிவ் மரம் குறித்த ஒவ்வொரு விஷயமும் நிக்கின் மனதில் பால பாடமாகவே பதிந்தது. கூடவே, தாத்தா மேற்கொண்டு வந்த இயற்கை விவசாயமும்.

நன்றாகப் படித்த நிக், கெமிக்கல் என்ஜினியரிங்கில் பட்டப்படிப்பை முடித்தார். அதிலும் குறிப்பாக உணவைப் பதப்படுத்தும், மேம்படுத்தும் தொழில்நுட்பத்தைத் திறம்படக் கற்றுக் கொண்டார். அடுத்தது என்ன என்று யோசித்தபோது, மனம் ஆலிவ் மரங்களின் அடியில் சென்றுதான் அமர்ந்தது.

கிரேக்க மக்களைப் பொருத்தவரை ஆலிவ் எண்ணெய் என்பது அன்றாடம் பயன்படுத்தும் அத்தியாவசியப் பொருள். நமக்கு நல்லெண்ணெய், கடலை எண்ணெய்போல. ஐரோப்பிய நாடுகளிலும், மத்தியத் தரைகடல் நாடுகளிலும் ஆலிவ் எண்ணெயின் பயன்பாடு அதிகம். எனவே உற்பத்தித் தேவையும் அதிகம். தேவை அதிகமாகும்போது கலப்படமும் 'தலைதூக்குவது இயல்புதானே. காலப்போக்கில் பரிசுத்தமான ஆலிவ் எண்ணெய் *(Virgin Olive Oil)* என்ற பெயரில் கலப்படங்கள் சந்தையை ஆளத் தொடங்கின.

ஆலிவ் பழங்கள் கொத்துக் கொத்தாகக் காய்த்துத் தொங்குவதற்கு விவசாயிகளும் என்ன வேண்டுமானாலும் செய்வதற்குத் தயாராக இருந்தார்கள். ஆலிவ் தோட்டங்களில் ரசாயனங்களின் ராஜ்ஜியம் உருவாகியிருந்தது. ஆலிவ்

எண்ணெய் தயாரிப்பிலும் எந்திரங்களின் எதேச்சதிகாரம் புகுந்திருந்தது. சந்தையில் அடுக்கி வைக்கப்பட்டிருந்த ஆலிவ் ஆயில் பாட்டில்கள் பரிசுத்தமற்ற பாவிகளாகவே காட்சியளித்தன.

1992-ம் ஆண்டில் நிக், புதிதாக, முற்றிலும் இயற்கையான ஆலிவ் தோட்டங்களை உருவாக்கும் முயற்சிகளில் முழு மனத்துடன் விதை பதித்தார். அதென்ன, இயற்கையான ஆலிவ் தோட்டம்? உண்மையிலேயே யாருக்கும் புரியவில்லை. நிக் பொறுமையாக வேலைகளைத் தொடங்கினார். நல்ல வளமான மண். ஆலிவ் மரங்களுக்கு இதமான தட்பவெப்பநிலை. காற்று மாசுபாடும் இல்லாத சூழல். இவை எல்லாம் நிறைந்த டேகெட்டஸ் மலைப்பகுதிக்கும், பர்னோனாஸ் மலைப்பகுதிக்கும் இடைப்பட்ட பகுதியில் நிலத்தைத் தேர்ந்தெடுத்து வாங்கினார். இத்தனை மாதங்களில் இவ்வளவு ஆலிவ் மரங்களிலிருந்து, இவ்வளவு டன் ஆலிவ் ஆயில் தயாரித்து, இவ்வளவு லாபத்துடன் சம்பாதிக்க வேண்டும் போன்ற வணிக லட்சியங்கள் எதையும்

வைத்துக் கொள்ளவே இல்லை. ஒரே குறிக்கோள்தான். என் தாத்தா வளர்த்ததுபோல, கிறிஸ்துவுக்கு முந்தைய காலத்தில், அலெக்ஸாண்டர் காலத்தில் வளர்ந்ததுபோல முற்றிலும் இயற்கையான முறையில் ஆலிவ் மரங்களை வளர்க்க வேண்டும் என்பது மட்டும்தான்.

ரசாயன உரமோ, பூச்சிக்கொல்லியோ பண்ணைக்குள் வரவே இல்லை. புதிது புதிதாக உருவான பிரச்னைகளுக்கு முற்றிலும் இயற்கையான முறையில் மட்டுமே தீர்வுகளை யோசித்தார் நிக். ஆலிவ் மரங்கள் செழிப்பாகவே வளர்ந்தன. ஆலிவ் காய்களையும் கனிகளையும் தேர்ந்தெடுத்து, அதன் சத்தும் தரமும் மணமும் சற்றும் சிதையாமல் எண்ணெய் எடுக்கும் பரிசோதனை முயற்சிகளில் இறங்கினார் நிக். வாரக்கணக்கில், மாதக்கணக்கில், வருடக்கணக்கில் பரிசோதனைகள் நீண்டன. தான் தயாரித்த ஆலிவ் ஆயிலை குடும்பத்தினர், நண்பர்கள் பயன்படுத்திக் கொள்ளக் கொடுத்தார். 'அற்புதச் சுவையுடன் இருக்கிறது. இதுவரை நான் ருசித்ததிலேயே இதுதான் பெஸ்ட்' என்று அவர்கள் சொன்னாலும், 'இல்லை, இன்னும் மேம்படுத்த வேண்டும்' என்று எளிதில் திருப்தி அடையாமல் முயற்சிகளைத் தொடர்ந்து கொண்டே இருந்தார். ஆர்கானிக் முறையில் ஆலிவ் எண்ணெயைத் தயாரிக்கும் எந்திரங்களைப் பல வருட உழைப்பில் உருவாக்கினார். வருடக்கணக்கில் மேற்கொண்ட பரிசோதனை முயற்சிகளுக்குப் பிறகே, இயற்கையான ஆலிவ் எண்ணெயை 'லிமிடெட் எடிசனாக' சந்தையில் விற்பனைக்குக் கொண்டு வந்தார். வாடிக்கையாளர்களின் கருத்தைக் கவனமாகக் கேட்டு மேலும் தன் தயாரிப்பை 'உயர்தர' மெருகூட்டினார். அவரது தோட்டத்தின் ஆலிவ் மரங்கள் சந்தோஷமாகக் காய்த்துத் தொங்கின.

நிக்கின் இருபது வருட உழைப்புக்கு 2012-ம் ஆண்டில் முதன் முறையாக அங்கீகாரம் கிடைத்தது. சுமார் 40 நாடுகளைச் சேர்ந்த நிறுவனங்கள் ஆலிவ் எண்ணெய் தயாரிப்பில் ஈடுபடுகின்றன. அதி சிறந்த ஆலிவ் எண்ணெய் என்று அங்கீகாரம் கொடுக்கும் சர்வதேச விருதுகளுக்கான போட்டிகளும் ஆண்டுதோறும் நடத்தப்படுகின்றன. London Great Taste Awards என்பது வருடந்தோறும் நடத்தப்படும்

நிகழ்வு. உலகின் உயர்தர உணவுப் பொருள்களுக்கு தரப்படும் ஆஸ்கருக்குச் சமமான விருது அது. 2012-ம் ஆண்டில் நிக் தயாரித்த 'விர்ஜின் ஆலிவ் ஆயில்' அதில் இரண்டு தங்க நட்சத்திரங்களைப் பெற்றது.

முதல் அங்கீகாரம். சந்தை வாய்ப்பு திறந்து கிடந்தது. இதன் மூலமாக உற்பத்தியைப் பெருக்கி லாபத்தை அள்ளலாம்தான். நிக், பேராசைப்படவில்லை. என்னிடம் இருக்கும் சிறிய பண்ணையில் விளைவதைக் கொண்டு எந்த அளவுக்கு இயற்கையான முறையில் உயர்தரமான ஆலிவ் எண்ணெய் தயாரிக்க முடியுமோ அதை மட்டுமே செய்வேன் என்று உறுதியாக நின்றார். 2019 வரை நிக்கின் ஆலிவ் எண்ணெய் தயாரிப்புகள் பெற்றுள்ள சர்வதேச விருதுகளின் எண்ணிக்கை 203. மாபெரும் உலக சாதனை. எந்த ஒரு நிறுவனமும் எட்டவே முடியாத சாதனை.

கொரோனெய்கி (Koroneiki) என்ற ரக ஆலிவ் மரங்கள்தாம் நிக்கின் பண்ணையில் வளர்க்கப்படுகின்றன.

உலகமெங்கும் ஆலிவ் எண்ணெய் உற்பத்திக்கு அதிக அளவில் வளர்க்கப்படுவது கொரொனெய்கிதான். நிக், இந்த மரங்களின் காய்களை, பழங்களை தரம் பிரிப்பது, எண்ணெய் எடுக்கும் நுட்பம் தொடங்கி பேக்கிங் வரை ஒவ்வொன்றையும் கவனமாகச் செய்கிறார். எண்ணெய் நீண்ட நாள்கள் கெடாமல் இருக்க பதனச்சரக்குகள் (Preservatives) எதுவும் சேர்க்கப்படுவதில்லை. நிறம், சுவை, தரத்தில் எந்தச் சமரசமும் செய்து கொள்வதில்லை. ஆர்கானிக் ஆலிவ் எண்ணெயைத் தவிர, இயற்கையான எலுமிச்சைச் சாறு கலந்து அந்த மணத்துடன் சுவையுடன் ஆலிவ் எண்ணெய் தயாரிக்கிறார். ஆப்பிள், ஆரஞ்சு, வால்நட், தேன், லவங்கம் உள்ளிட்டவற்றின் சுவை நிறைந்த ஆலிவ் எண்ணெய் வகைகளைத் தயாரிக்கிறார். எல்லாமே பரிசுத்தமானவை. பல்வேறு சர்வதேச விருதுகளை வென்றவை.

நிக்கின் தயாரிப்புகளால், இயற்கையான ஆலிவ் எண்ணெய்க்கான சந்தை மதிப்பு விரிவடைந்திருக்கிறது. கிரீஸிலும் மத்திய தரைக்கடல் நாடுகளிலும் ஆர்கானிக் ஆலிவ் மரத் தோட்டங்களை உருவாக்குபவர்கள் எண்ணிக்கை உயர்ந்திருக்கிறது. தவிர, நிக் தயாரிக்கும் ஆர்கானிக் ஆலிவ் எண்ணெயின் மருத்துவப் பயன்கள் குறித்த ஆராய்ச்சிகள் நடக்கின்றன. பாஸ்டனில் அமைந்துள்ள Harvard University School of Public Health மூலமாக அமெரிக்காவில் பணிபுரியும் தீயணைப்புப் படை வீரர்களுக்கு நிக் தயாரிப்பு ஆலிவ் எண்ணெயை உணவில் தொடர்ந்து சேர்த்து மூன்று வருடங்களாக பரிசோதனைகள் செய்திருக்கிறார்கள். அதன் மூலம் வீரர்களின் உடல் ஆரோக்கியம் மேம்பட்டிருப்பதுடன், இதய நோய்கள் வருவதற்கான வாய்ப்புகள் குறைந்திருக்கின்றன என்பதும் நிரூபணமாகி இருக்கிறது.

Esthique Natural Cosmetics என்ற பெயரில் தனது ஆலிஸ் ஆயில் கொண்டு அழகு சாதனப் பொருள்கள் தயாரிக்கும் நிறுவனத்தையும் தொடங்கியிருக்கிறார் நிக். சர்வதேச அளவில் தனது நிறுவனத்தின் பரிசுத்தமான தயாரிப்புகளை மேலும் பலருக்குக் கிடைக்கச் செய்ய உழைத்துக் கொண்டிருக்கிறார் மாண்புமிகு கிரீஸ்

விவசாயி நிக். தனக்குக் கிடைத்திருக்கும் வெளிச்சம் குறித்து அவர் உதிர்க்கும் சொற்களும் பரிசுத்தமானவை.

'நான் நேசிக்கும் விவசாயத்தைச் செய்கிறேன். நான் செய்யும் விவசாயத்தை நேசிக்கிறேன். உளப்பூர்வமாக. உணர்வுபூர்வமாக. வேறொன்றும் இல்லை.'

18

விஜய் ஜர்தாரி

மரபு விதைக் காவலர்!

> **ஒரு விதையை விதைப்பது என்பது நாளை மீதான நம் நம்பிக்கையை விதைப்பது. ஒருபோதும் விதைக்கும் விதைகளைக் குறைத்து மதிப்பிடாதீர்கள்.**

அந்த மனிதர்கள் யாத்திரை ஒன்றைத் தொடங்க முடிவு செய்தார்கள். அந்த யோசனை பொக்கை வாய்க் கிழவரான காந்தியின் வழித்தடங்களில் இருந்துதான் அவர்களுக்குத் தோன்றியது. 1930-ம் ஆண்டில் வெள்ளையனை எதிர்க்க காந்திக்கு தண்டி யாத்திரை தேவைப்பட்டது. இந்தியாவின் விடுதலைக்காக மகாத்மா கையில் எடுத்துக் கொண்ட ஆயுதம் - உப்பு. 1988-ம் ஆண்டில் விஜய் ஜர்தாரி 'அரகோட் முதல் அஸ்கோட் வரை' ஒரு யாத்திரையைத் தொடங்கினார். இயற்கை விவசாயத்தை மீட்டெடுக்க, ஜர்தாரி தன் கையில் எடுத்துக் கொண்ட ஆயுதம், விதை!

இமயமலை அடிவாரம். உத்தரகாண்டின் (அன்றைக்கு உத்தரப்பிரதேசம்) டெஹ்ரி கர்வால் மாவட்டத்தின் ஜர்தார் கவுன் என்ற கிராமத்தைச் சேர்ந்தவர் விஜய் ஜர்தாரி. விவசாயக் குடும்பத்தைச் சேர்ந்தவர். 1970-களில் இமயமலைப் பகுதிகளில் காடுகளைக் காப்பதற்காக காந்தியவாதியான சுந்தர்லால் பகுகுணா, சிப்கோ இயக்கத்தைத் தொடங்கினார். அப்போது அங்கே பல்வேறு பகுதிகளில் நடந்த போராட்டங்களில், ஒருவரோடு ஒருவர் கைகளைக் கோர்த்தபடி மரங்களைக் கட்டிப்பிடித்து நின்று அகிம்சை வழியில் போராடினர். மரங்களை வெட்ட விடாமல் தடுத்தனர். விஜய் ஜர்தாரியும் அந்தப் போராட்டங்களில் கலந்து கொண்டவரே. டெஹ்ராடூன் பகுதியில் நடந்து கொண்டிருந்த சட்ட விரோதமான சுரங்கத் தொழிலுக்கு எதிராகப் போராடிய அனுபவமும் விஜய் ஜர்தாரிக்கு உண்டு.

முழு நேர விவசாயியாக இருந்தாலும், சமூக நலன் குறித்த சிந்தனைகளும், இயற்கை குறித்த அக்கறையும் கொண்ட ஒரு போராளியாகவே ஜர்தாரி இயங்கிக் கொண்டிருந்தார். 1960-களில் தொடங்கி பசுமைப் புரட்சி என்ற பெயரில் மரபு மாற்ற வீரிய விதைகள் வயல்களில் புகுந்தன. மேம்பட்ட உர வகைகள் என்ற அடையாளத்துடன் வேதியியல் சாத்தான்கள் வினைபுரியத் தொடங்கின. உணவு உற்பத்தியில் தன்னிறைவு என்ற முழக்கத்துடன் மண்ணை மலடாக்கும் திட்டங்கள் மகத்துவமாக முன்னிறுத்தப்பட்டன. வறுமை ஒழிப்பு, பஞ்சமே இருக்காது, அதிக விளைச்சல், லாபமோ லாபம் போன்ற மாய்மால வார்த்தைகளில் விவசாயிகள் வீழ்த்தப்பட்டனர்.

விஜய் ஜர்தாரியின் குடும்பத்தினரும் அப்படித்தான் அந்த வலையில் விழுந்தனர். ஆனால், பெரும் பின்னடைவைச் சந்திக்கும் முன்பாகவே விழிப்புணர்வு பெற்றார் ஜர்தாரி. அவருக்கு நவீன விவசாயம் என்பது மூழ்கடிக்கும் சுழல் என்று தெளிவாகப் புரிந்தது.

வீரிய விதைகள். ஜோடியாக வேதி உரங்கள். பணம் கொடுத்து வாங்கித்தான் விவசாயம் செய்ய வேண்டும். ஆரம்பத்தில் அவர்கள் சொன்னதுபோல விளைச்சல் என்னவோ அமோகமாகத்தான் இருந்தது. ஆனால்,

முந்தைய அறுவடையிலிருந்து அடுத்த விதைப்புக்குத் தேவையான விதைகளைக்கூடச் சேமிக்க முடியவில்லை. ஒவ்வொரு முறையும் விதைகளை விலை கொடுத்தே வாங்க வேண்டியதிருந்தது. போகப்போக விளைச்சலின் அளவு குறைந்து கொண்டே சென்றது. ஒருவர் சோயா விதைத்தால் மீண்டும் மீண்டும் சோயா மட்டுமே விதைக்க வேண்டும் என்ற கட்டாயம் எழுந்தது. ஒவ்வொரு முறையும் தேவையான விதைகளின் விலையும், வேதி உரங்கள், பூச்சிக்கொல்லிகள் விலையும் உயர்ந்துகொண்டே சென்றன. முக்கியமாக வாழ வைத்த மண்ணின் வளம் மடிந்து கொண்டே போனது.

நம் பாட்டனும் முப்பாட்டனும் இதே விவசாயத்தைத்தான் இயற்கை முறையில் செய்தார்கள். விளைச்சலுக்குக் குறைவே இல்லை. செழிப்பாக இருந்தார்களோ இல்லையோ, நிச்சயம் ஆரோக்கியமாக வாழ்ந்தார்கள். மழையில்லாமல் பஞ்சம் பட்டி போட்டு உட்கார்ந்தால்கூட இயற்கை அவர்களைக் கைவிடவில்லை. ஜர்தாரி, தெளிவாக யோசித்தார். தன் முன்னோர்கள் இதே மண்ணில் காலம் காலமாகச் செய்துவந்த இயற்கை விவசாயம் மட்டுமே,

தன்னையும் தன் சமூகத்தையும் மீட்டெடுக்கும் என்று திடமாக நம்பினார்.

தன்னைப் போலவே எண்ணம் கொண்ட விவசாயிகளை, தோழர்களை ஒரு குழுவாக ஒன்றிணைத்தார் ஜர்தாரி. 1988-ம் ஆண்டில் யாத்திரை கிளம்பினார். Beej Bachao Andolan என்பது இயக்கத்தின் பெயர். விதைகளைப் பாதுகாப்போம் என்று பொருள். பாரம்பரிய விதைகளை மீட்டெடுக்க ஒரு யாத்திரை. உத்தர்காசிக்கு அருகே அரகோட் என்ற கிராமத்தில் இருந்து தொடங்கினார்கள். சலிக்காமல் நடந்தார்கள். பசுமைப் புரட்சியின் வாடை படாத குக்கிராமங்களைத் தேடித் தேடிச் சென்றார்கள். 'நாட்டு விதைகளைத் தேடி வந்துள்ளோம். தந்து உதவுங்கள்' என்று கைகூப்பிக் கேட்டுக் கொண்டார்கள். சில ஊர்க்காரர்கள் கேலி செய்து சிரித்தார்கள். சில ஊர்க்காரர்கள் உண்மை உணர்ந்து உதவி செய்தார்கள். ஒவ்வொரு நாளும் பயணம் நீண்டது. அனுபவத்துடன் பாரம்பரிய விதைகளும் சேர்ந்தன. மாதக்கணக்கில் நீண்ட யாத்திரை, சுமார் 600 கிமீ பயணத்துக்குப் பிறகு பிதோராகர் என்ற ஊருக்கு அருகே அஸ்கோட் என்ற கிராமத்தில் முடிவுக்கு வந்தது. பல ஆயிரம் கைகள் ஒன்றிணைந்திருந்தன. நூற்றுக்கணக்கான பாரம்பரிய விதைகள் கைசேர்ந்திருந்தன. மரபு விவசாயமே மீள்வதற்கான ஒரே வழி என்பதை இயன்ற வரையில் பிரசாரமாகக் கொண்டு சேர்த்திருந்தார் ஜர்தாரி.

'மண்ணில் கிடைப்பதை மண்ணிலேயே போடுகிறோம். ஒருவருக்கு ஒருவர் நாட்டு விதைகளைப் பரிமாறிக் கொள்கிறோம். விவசாயக் கூலிகளுக்கான செலவு இல்லை. நாங்களே ஒருவருக்கொருவர் உதவி செய்து கொள்கிறோம். முதலீடு என்று எதுவுமே இல்லை. எனவே யாருக்கும் கடன் குறித்த பயம் இல்லை.

அடுத்ததாகக் களத்தில் இறங்கினார். விதைகளை ஒரு போதும் காசு கொடுத்து வாங்கக் கூடாது. வேதியியல் உரங்களோ, பூச்சிக் கொல்லிகளோ வயலுக்குள் வரவே கூடாது. நாட்டு விதைகளைக்

கொண்டு முற்றிலும் இயற்கை முறையிலான விவசாயம். அறுவடைக்குப் பின் அடுத்த விதைப்புக்கு விதைகளைச் சேர்த்து வைத்துக் கொள்ள வேண்டும். உனக்கு கேழ்வரகு வேண்டுமா. என்னிடம் பெற்றுக் கொள். பதிலுக்கு எனக்கு நாட்டுச்சோள விதைகளைத் தா., ஒருவருக்கு ஒருவர் விதைகளைப் பரிமாறிக் கொள்ள வேண்டும். ஜர்தாரியின் குழுவினர் ஒத்திசைந்து இயங்கினார்கள். அவர்களது நிலங்களில் இயற்கை அன்னை கதிர்களாக மகிழ்வுடன் தலையசைத்துக் கொண்டிருந்தாள்.

அடுத்த விஷயமாக விஜய் ஜர்தாரி கையில் எடுத்தது *Baranaj*. இதில் *Bara* என்றால் 12. *Anaj* என்றால் பயிர். 12 பயிர்கள் என்று அர்த்தம். அந்தப் பகுதியைச் சேர்ந்த முன்னோர்கள் கடைபிடித்த மரபு விவசாய முறைதான் அது. ஒரே நிலத்தில் பயறு, தானியங்கள், காய்கறிகள், கொடி வகைகள், பருப்பு வகைகள் என்று கலந்து ஒரே நேரத்தில் பயிர் செய்வது. 1970-களின் இறுதி வரை ஆங்காங்கே புழக்கத்தில் இருந்த 12 பயிர்கள் முறை, 1980-களில் முற்றிலும் காணாமல் போயிருந்தது. மீண்டும் அந்த மரபு முறை விவசாயத்தைத் தனது நிலத்தில் இருந்தே ஆரம்பித்தார் ஜர்தாரி.

சில பயிர்களுக்குத் தண்ணீர் அதிகம் தேவைப்படும். சிலவற்றுக்குக் குறைவாகப் போதும். சில வறட்சி தாங்கியும் கைகொடுக்கும். சில பயிர்கள் அதிக மழையில் வீணாகப் போய்விடும். இப்படி இயற்கைப் பேரிடர்கள் என்ன நேர்ந்தாலும் ஏதாவது ஒரு பயிர், உழவனுக்குக் கைகொடுக்கும். குறைந்தபட்சம் பசிக்கு உணவாவது கொடுக்கும் என்றுதான் முன்னோர்கள் 12 அல்லது அதற்கு மேற்பட்ட பயிர்களை ஒரே நிலத்தில் பயிர் செய்தார்கள். பல பயிர்கள் மாறி மாறி அங்கே விளையும்போது மண்ணின் வளமும் பாதுகாக்கப்படுகிறது. நீர்ப்பாசனமும் அதிகம் தேவைப்படுவதில்லை. முக்கியமாக இங்கே வேதி உரங்களுக்கு வேலையே இல்லை.

விஜய் ஜர்தாரி, 12 பயிர்கள் மரபு விவசாய முறையை வெற்றிகரமாக மீட்டுக் கொண்டு வந்தார். தினையும் சோளமும், உடன் ராஜ்மாவும் பாசிப்பயறும், கீரைகளுடனும் காராமணியுடனும், துணைக்கு எள்ளும்

ஒன்றாக ஒத்திசைந்து வளர்ந்தன. இளையராஜா கையசைவுக்கு இசைக்குழுவினரின் பிசகாத இசைபோல!

சோளத்தின் வேர்கள் மண்ணரிப்பைத் தடுத்தன. காராமணிப் பயிர், மண்ணுக்குத் தேவையான நைட்ரஜனைத் தந்தது. சிறுதானியங்கள் அதிக மழையிலும், அதிக வெப்பத்திலும் நிலைத்து நின்றன. உயரம் அதிகமான பயிர்கள், உயரம் குறைவான பயிர்களை வெப்பத்திலிருந்து பாதுகாத்தன. பூச்சிகள்? பறவைகள்? அவையும் இயற்கையின் அங்கம்தானே! ஒரு பயிரை பூச்சிகள் உண்டால் மற்றவை செழித்து வளர்ந்தன. நிலத்தில் ஒரு பகுதியை பறவைகளுக்கு ஒதுக்கிவிட்டார். அவை நிலமெங்கும் தம் எச்சங்களால் வளப்படுத்தி பதிலுக்கு உதவின. அறுவடைக்குப் பிறகு விதவிதமாகக் கிடைக்கும் மிச்சங்கள் எல்லாம் கால்நடைகளுக்கும் நல்லுணவாக மாறின. கால்நடைகள் உபகாரமாகச் சாணமும் சிறுநீரும் சொரிந்தன. இப்படி விதவிதமான கூட்டணிப் பயிர்களை வெற்றிகரமான விளைச்சலாக்கினார் ஜர்தாரி. இந்த மரபு முறையை மற்றவர்களிடத்தும் பரப்பினார். ஜீரோ பட்ஜெட் விவசாயம். நல்ல மாற்றங்கள் நிகழ்ந்தன.

'மண்ணில் கிடைப்பதை மண்ணிலேயே போடுகிறோம். ஒருவருக்கு ஒருவர் நாட்டு விதைகளைப் பரிமாறிக் கொள்கிறோம். விவசாயக் கூலிகளுக்கான செலவு இல்லை. நாங்களே ஒருவருக்கொருவர் உதவி செய்து கொள்கிறோம். முதலீடு என்று எதுவுமே இல்லை. எனவே யாருக்கும் கடன் குறித்த பயம் இல்லை. இங்கே யாரும் தற்கொலை செய்துகொள்ள வேண்டிய அவசியம் இல்லை' என்று சொல்லும் ஜர்தாரியின் பெரு முயற்சியால் உத்தரகாண்டின் பல கிராமங்களில் விவசாயிகள் 12 பயிர்கள் மரபு விவசாய முறையைப் பின்பற்ற ஆரம்பித்திருக்கின்றனர். 'மகளிர் சுய உதவிக் குழுக்கள்' மூலமாகப் பெண்களும் இயற்கை விவசாயத்தை மேற்கொள்கிறார்கள். அந்தக் கிராமங்களில் எல்லாம் அறுவடைத் திருவிழாக்கள் மேள, தாளங்கள் முழங்க அமோகமாக நடைபெறுகின்றன. அந்தக் கொண்டாட்டங்கள் விவசாயிகளின் ஒற்றுமையை மேலும் வலுப்படுத்துகின்றன.

350 நெல் ரகங்கள், எட்டு கோதுமை ரகங்கள், நான்கு பார்லி ரகங்கள், ஏகப்பட்ட ராஜ்மா ரகங்கள், சில தானிய ராகங்கள், சிறுதானிய ரகங்கள், பருப்பு ரகங்கள் என்று நூற்றுக்கணக்கான நாட்டு ரக விதைகளை ஜர்தாரியும், அவரது குழுவினரும் 32 ஆண்டுகால தேடலில், முயற்சியில், உழைப்பில் மீட்டுக்கொண்டு வந்திருக்கிறார்கள். அந்த விதைகளைப் பரிமாறுவதற்காகவே விதைத் திருவிழாக்கள் நடத்துகிறார்கள். அங்கே மீட்டெடுக்கப்பட்ட மரபு உணவுகளும் மணமணக்கின்றன. 'ஏழைகளின் உணவு' என்று ஒரு காலத்தில் முகம் சுளித்து ஒதுக்கப்பட்ட சில மரபு உணவுகள், இப்போது மெயின் டிஷ்ஷாக, ஆரோக்கியத்தின் அடையாளமாக விரும்பி உண்ணப்படும் மாற்றம், ஜர்தாரியால் நிகழ்ந்திருக்கிறது. மரபு விவசாயத்தில் விளைச்சல் குறைவு என்ற பொய்ப்பிரசாரத்தையும் முறியடித்திருக்கிறார் ஜர்தாரி. அவரது முயற்சியால் சில மரபு நெல் ரகங்கள், நவீன ரகங்களைவிட அதிகம் விளைச்சலைக் கொடுத்து அசத்திக் கொண்டிருக்கின்றன.

ஜர்தாரியின் விவசாய முறை மீது எதிர்மறை விமரிசனங்கள் உண்டு. சில கிராம சபைகளில் அவரும் குழுவினரும் உள்ளே வரக்கூடாது என்று தடை கூடப் போட்டார்கள். உத்தரகாண்டில் 2009-ம் ஆண்டில் நிலவிய பெரும் வறட்சியிலும், 2010-11 காலத்தில் பெய்த கடும் மழை, வெள்ளத்திலும் அந்தப் பகுதி விவசாயிகள் பெரிதும் பாதிக்கப்பட்டனர். ஆனால், ஜர்தாரியும் அவரைச் சார்ந்தவர்களும் எந்தவிதமான பெரிய பாதிப்பும் இன்றி தங்களது மரபு விவசாயத்தைத் தொடர்ந்தனர். வெற்றிகரமாகத் தொடர்கின்றனர்.

கடந்த சில வருடங்களாக உத்தரகாண்ட் அரசும் ஜர்தாரியின் முயற்சிகளுக்கு ஆதரவு கொடுக்கிறது. உத்தரகாண்டின் இயற்கை விவசாய முகமாக மலர்ந்து சிரிக்கிறார் 68 வயது விஜய் ஜர்தாரி. அவர் அடிக்கடி கேட்கும் கேள்வி ஒன்றுதான்.

'பூமியைத் 'தாய்' என்கிறோம். தாயை நேசிக்காமல், அவளுக்கு மரியாதை கொடுக்காமல் தீய செயல்களே மேற்கொள்ளலாமா?'

19

லண்ட்பெர்க் குடும்பத்தினர்

இயற்கையின் சகோதரர்கள்!

இயற்கை விவசாயம் என்பது ரசாயன உரம், வேதியியல் பூச்சிக்கொல்லி பயன்படுத்தாமல் இருப்பது மட்டுமல்ல. இயற்கையின் மொழியைப் புரிந்து அதன் தன்மைக்கேற்ப விவசாயம் செய்வதும்தான்!

முதல் உலகப்போருக்கும், இரண்டாம் உலகப்போருக்கும் இடையே உலகம், ஒரு பொருளாதார பெருமந்தப்போரைச் சந்தித்தது. 1929-ம் ஆண்டில் அமெரிக்கப் பங்குச் சந்தையில் ஏற்பட்ட சரிவில் ஆரம்பித்த இந்தப் பொருளாதாரப் பேரிடர் அடுத்த பத்தாண்டுகளுக்கு நீடித்தது. ஐக்கிய அமெரிக்காவில் தொடங்கி ஐரோப்பியக் கண்டம் முழுமையையுமே இந்த பொருளாதார முடக்கம் பாதித்தது. அனைத்துத் துறைகளுமே வீழ்ச்சியைச் சந்தித்தன. எங்கும் பசியும் வேலையின்மையும் சூழ்ந்திருந்தன. ஒரு பக்கம் உணவு உற்பத்தியும் கடுமையாகப் பாதிக்கப்பட, இன்னொருபுறம் வேளாண் விளைபொருள்களுக்கான விலை சுமார் 60% சதவிகிதம் வரை சரிந்துபோனது.

Grant Lundberg

அந்தக் கொடுந்துயர் காலகட்டத்தில்தான், அல்பர்ட் லண்ட்பெர்க்கும் அவரது மனைவி பிரான்ஸிஸும் பிழைப்பதற்கு வழியின்றி சொந்த ஊரில் இருந்து கிளம்ப முடிவெடுத்தனர். அவர்கள் ஐக்கிய அமெரிக்காவின் மத்தியப் பகுதியில் அமைந்த மாகாணமான நெப்ராஸ்காவைச் சேர்ந்தவர்கள். அங்கே சோளமும் கோதுமையும் பயிரிட்டுக் கொண்டு அமைதியாக வாழ்ந்தார்கள். பொருளாதாரப் பெருமந்தம் ஒரு காரணம். தொடர்ந்து அங்கு வீசிய புழுதிப்புயல் மற்றொரு காரணம். இனி நெப்ராஸ்காவில் விவசாயம் செய்யவே முடியாது என்ற அவல நிலை உருவானது. 1937-ம் ஆண்டில் அல்பர்ட் ஒரு டிராக்டர், ஒரு டிரக், மனைவி பிரான்ஸிஸ் மற்றும் நான்கு மகன்களுடன் கலிஃபோர்னியாவை நோக்கிக் கிளம்பினார். அங்கே ரிச்வாலே என்ற ஊரில் குடியேறினார்கள்.

'நல்ல வளமான நிலம். பழ மரங்கள், பருப்புகள், தானியங்கள் எல்லாம் செழிப்பாக விளையும்' என்று விற்பனையாளர்கள் ஓர் இடத்தைக் காட்டினார்கள். அல்பர்ட் அதை நம்பி அங்கே 40 ஏக்கர் நிலம் வாங்கினார். ஊர்க்காரர்கள் எல்லாம் 'இந்த நிலத்தையா வாங்கினீர்கள்? ஏமாந்து விட்டீர்கள். இது எதற்கும் உதவாது' என்று அழுத்தமாகச் சொன்னார்கள். அல்பர்ட் பதறவில்லை. தன் மகன்களை அழைத்துக் கொண்டு

நிலத்துக்குச் சென்றார். மண்ணை அள்ளி அனைவரது கைகளிலும் கொடுத்தார். 'இங்கே முளைத்திருக்கும் இந்தக் களைப்புற்களைப் பாருங்கள். இவை வளமான நிலத்தில் மட்டுமே முளைக்கும். ஒரு நிலம் வளமாக இருந்தால் மட்டும் போதாது. விவசாயியும் திறமையானவனாக இருக்க வேண்டும். அப்போதுதான் விவசாயம் செழிக்கும்!'

தந்தையின் அந்த உபதேசம் மகன்களின் மனதில் ஆழமாகப் பதிந்தது. 'எல்லாமே ரசாயனம்' என்று அண்டை விவசாயிகள் பாதை மாறியிருந்த சூழலில் 'இயற்கையே சரணம்' என்று அல்பர்ட் லண்ட்பெர்க் தனது வேளாண் பணிகளைத் தொடங்கினார். அந்தக் காலத்திலேயே அல்பர்ட், ஆர்கானிக் விவசாயத்தில் ஏன் உறுதியாக இருந்தார் என்பதைப் புரிந்துகொள்ள கொஞ்சம் வரலாற்றுப் பின்னணி இங்கே தேவைப்படுகிறது.

மண்ணுக்கு இயற்கை உரங்களே தேவை இல்லை. அதற்குத் தேவையான நைட்ரஜன், பாஸ்பரஸ், பொட்டாசியம், கால்சியம் போன்றவற்றைச் சில வேதி உப்புக்களுடன் சிறிது ஜிப்சம் (சுண்ணாம்பு) கலந்து வயல்களில் பயிர்களுக்குத் தூவினால் போதும். நல்ல விளைச்சல் கிட்டும் என்று நிரூபித்தார் ஜெர்மன் விஞ்ஞானியான பேரன் லீபெக். பத்தொன்பதாம் நூற்றாண்டில் வாழ்ந்த இந்தப் பிரகஸ்பதிதான் இயற்கை விவசாயத்தின் முதல் வில்லன். அந்த வேதி உப்புக்கள் எல்லாம் வெடிகுண்டு தயாரிப்பில் பயன்படுத்தப்பட்டவை. அவையே வயல்களுக்கும்

அல்பர்ட் லண்ட்பெர்க் வெறும் 40 ஏக்கரில் ஆரம்பித்த இயற்கை விவசாயம், இப்போது 14000 ஏக்கர் சாம்ராஜ்ஜியமாக அமெரிக்காவை ஆண்டு கொண்டிருக்கிறது. அதில் 5000 ஏக்கர் லண்ட்பெர்க் குடும்பத்தினருக்கு சொந்தமானது. 9000 ஏக்கரில் ஒப்பந்த அடிப்படையில் இயற்கை விவசாயம் செய்து வருகின்றனர்.

போதும் என்றார் பேரன். ஆகவே அன்னாரை வெடிமருந்து தயாரிப்பு நிறுவனங்கள் ஆண்டவராகக் கொண்டாடின.

முதல் உலகப்போர் காலகட்டத்தில் விளைச்சல் அதிகமாகவே இருந்தது. அதனால் பூச்சிகளின் தாக்குதல்களும் அதிகமாகின. பயிர்களில் உயிர்க்கொல்லி மருந்துகளைத் தெளித்தார்கள். அவை பூச்சிக்கொல்லிகளாக வயல்களுக்குள் நுழைய ஆரம்பித்தன. இயற்கை விவசாயம் சீரழிந்து போனது. முதல் உலகப் போரின் காலத்திலேயே உலகமெங்கும் மண் மலடாகும் சூழல் உருவாகிவிட்டது.

இரண்டாம் உலகப்போர் காலகட்டத்தில் ஜெர்மனியின் ரசாயன விஞ்ஞான நுட்பங்களை எல்லாம் கபளீகரம் செய்திருந்த அமெரிக்க வேதியியல் நிறுவனங்கள் போருக்கான வெடிகுண்டுகள் தயாரித்து விற்றதில் லாபத்தில் கொழித்தன. போரில் ஜெர்மனியைச் சீர்குலைத்த பிறகும் அந்த நிறுவனங்களிடம் டன் டன்னாக வெடி உப்புகள் மீந்து கிடந்தன. அவற்றையெல்லாம் ரசாயன உரங்களாக மாற்றினார்கள். 'இவை உரமல்ல, பசுமையின் வரம்' என்று பொய் சொல்லி விளைநிலங்களில் கொட்டினார்கள். அமெரிக்க மண் அசுத்தமானது.

விளைநிலங்களெங்கும் வேதியியல் வில்லன்கள் படையெடுத்துக் கொண்டிருந்த அந்தச் சூழலில்தான் 'இயற்கை நெல் விவசாயத்தை'க் கையில் எடுத்திருந்தார் அல்பர்ட் லண்ட்பெர்க். அவரது நிலத்தைச் சுற்றியிருந்தவர்கள் அறுவடைக்குப் பிறகு தாவரக் கழிவுகளை எரித்துக் கொண்டிருந்தார்கள். அல்பர்ட் அதைக்கூடச் செய்யவில்லை. 'நுனி வீட்டுக்கு - நடு மாட்டுக்கு - அடி காட்டுக்கு' என்ற முன்னோர்களின் பாரம்பரிய வழியை மட்டுமே பின்பற்றி வந்தார். நெல்லை அறுவடை செய்து, நாற்றை கால்நடைகளுக்கான உணவாக அளித்துவிட்டு, அடிப்பகுதியைப் பிடுங்கி நிலத்திலேயே போட்டு மக்கச் செய்தார். அவை மண்ணுக்குத் தேவையான நைட்ரஜன் மற்றும் தாதுச்சத்துக்களைத் தந்தன.

விளைவித்த நெல்லைப் பாதுகாப்பாக வைக்க கிட்டங்கி ஒன்று தேவை அல்லவா. அதனைக் கட்டத் தேவையான

இரும்போ, பிற உலோகங்களோ எதுவுமே அல்பர்டுக்குக் கிடைக்கவில்லை. உலகப்போர் சமயம் என்பதால் எல்லாவற்றுக்கும் தட்டுப்பாடு. கையில் கிடைத்த துண்டு தகரத்தைக்கூட சேகரித்தார். கழிவுப் பொருள்களைக் கொண்டே உயரமான கிட்டங்கி ஒன்றை அமைத்தார். நெல் மூட்டைகளைப் பாதுகாத்தார். இருப்பவற்றைக் கொண்டு தனக்குத் தேவையான விவசாயக் கருவிகளைத் தானே உருவாக்கிக் கொண்டார்.

நெல் அரிசியாக்கப்பட்டது. கலிஃபோர்னியாவின் முதல் 'ஆர்கானிக் அரிசி' என்ற பெருமையுடன் லிண்ட்பெர்க் குடும்பத்தினர் விளைவித்தவை சந்தைக்குக் கொண்டு செல்லப்பட்டன.

அல்பர்ட் தனது நான்கு மகன்களையும் (வெண்டெல், எல்டென், ஹார்லன், ஹோமர்) நன்றாகப் படிக்க வைத்தார். ஹார்லனும் ஹோமரும் விவசாயக் கல்வி பயின்றார்கள். எல்டென் சிவில் என்ஜினியர் ஆனார். வெண்டெல் தொழிற்கல்வி படித்தார். அல்பர்ட் நால்வருக்குமே சிறிதளவு நிலத்தைப் பிரித்துக் கொடுத்தார். அவரவர் நிலங்களில் இயற்கை முறையில் நெல்லோ, ஓட்ஸோ, மூலிகைகளோ, பீன்ஸோ ஏதோ ஒன்றை சுழற்சி முறையில் விளைவித்து அனுபவங்களைச் சேகரித்துக் கொண்டனர்.

1969-ம் ஆண்டில் Chico-San என்ற நிறுவனத்தினர், லிண்ட்பெர்க் பண்ணையில் இயற்கை முறையில் அரிசி விளைவிக்கப்படுவதை அறிந்து அவர்களைத் தேடி வந்தனர். 'எங்களுக்கு ஆர்க்னிக் ப்ரௌன் ரைஸ் விளைவித்துத் தர முடியுமா?' என்று கேட்டனர். அதற்கு முன்பும் அவர்கள் ஏராளமான விவசாயிகளிடம் கேட்டிருந்தனர். யாரும் சரிவரவில்லை. ஏதாவது ஒரு வேதி உரத்தை உபயோகித்தே தீருவோம் என்று அடம்பிடித்தார்கள். ஆனால், லிண்ட்பெர்க் சகோதரர்கள், 100% இயற்கை வழியில் நெல்லை விளைவித்துத் தருகிறோம் என்று சந்தோஷமாக ஒப்புக் கொண்டனர். 76 ஏக்கர் பரப்பளவில் முற்றிலும் இயற்கை முறையில் 'பழுப்பு அரிசி'யை சோதனை முறையில் வெற்றிகரமாகப்

பயிரிட்டார்கள். அந்த நெல்லை அரிசியாக்க சொந்தமாக ஆலை ஒன்றையும் கட்டிக் கொண்டார்கள். *Chico-San* நிறுவனத்தினருக்கு லண்ட்பெர்க் பண்ணையில் விளைந்த இயற்கை பழுப்பு அரிசியில் பரிபூரண திருப்தி. அந்த நிறுவனத்த்தினர் அதில் *Rice Cake* தயாரித்து சந்தைக்குக் கொண்டு வந்தனர். அமெரிக்காவின் முதல் *Organic Brown Rice Cake* அதுவே.

1970-களில் லண்ட்பெர்க் சகோதரர்கள் பழைய வேன் ஒன்றை வாங்கினார்கள். அது நிறைய ஆர்கானிக் அரிசி மூட்டைகளை நிரப்பினார்கள். *Lundberg Rice - California* என்று வேனில் எழுதிக் கொண்டு கிளம்பினார்கள். கலிஃபோர்னியா தொடங்கி வாஷிங்டன் வரை பயணம் செய்தார்கள். அப்போது அமெரிக்காவெங்கும் ஹிப்பி கலாசாரம் உச்சத்தில் இருந்தது. இலக்கற்றுத் திரிந்த ஹிப்பிக்கள், இயற்கை அரிசியை விரும்பி வாங்கினர். அவர்கள் மூலமாக அமெரிக்காவின் பல பகுதிகளில் லண்ட்பெர்க் அரிசியின் புகழ் பரவியது.

அதே சமயத்தில் லண்ட்பெர்க் சகோதரர்கள், இயற்கை நெல் சாகுபடிக்கு மாற விரும்பும் கலிஃபோர்னிய விவசாயிகளுக்கு உதவினர். அவர்களை ஊக்குவித்து, பயிற்சிகள் கொடுத்தனர். அவர்கள் விளைவித்தவற்றை வாங்கவும் செய்தனர். 1973-ம் ஆண்டில் *California Certified Organic Farmers* என்ற அமைப்பு உருவானது. அவர்கள் விளைவித்த அரிசி எல்லாம் லண்ட்பெர்க் பிராண்டின் கீழ் சந்தையை வந்தடைந்தன

1980-களில் லண்ட்பெர்க் சகோதரர்கள் இயற்கை முறையில் விளைவித்த அரிசி, காட்டு அரிசி, அர்போரியோ ரக அரிசி, பாசுமதி அரிசி, ஜாஸ்மின் அரிசி, சிவப்பு அரிசி போன்றவற்றைச் சந்தைக்குக் கொண்டு வந்தனர். தவிர, அரிசி கொண்டு தயாரிக்கப்படும் மாவு, பொரி, கேக் போன்ற பல்வேறு பொருள்களையும் *Lundberg Family Farms* என்ற பிராண்ட்டின் கீழ் சந்தைக்குக் கொண்டு வந்தனர். அவை அமெரிக்க சூப்பர் மார்க்கெட்டுக்ளில் மக்கள் விரும்பி வாங்கும் பொருள்களாக மாறின.

LUNDBERG
ROASTED
BROWN RICE
COUSCOUS
MEDITERRANEAN CURRY
TRADITIONAL ITALIAN
Risotto
ORGANIC
PASTA
ORGANIC
PENNE
Organic
BROWN RICE PASTA
Rice Chips
HEIRLOOMS
SWEET DREAMS
LONG GR
RICE
Essences
ORGANIC
CALIFORNIA
BROWN
BASMATI
RICE

1990-களில் லண்ட்பெர்க் குடும்பத்தின் மூன்றாவது தலைமுறையினர் தங்கள் பாரம்பரியப் பெருமை உணர்ந்து விவசாயத்தில் அடியெடுத்து வைத்தனர். எல்டென் லண்ட்பெர்கின் மகனான கிராண்ட் லண்ட்பெர்க் முழுநேர விவசாயியாக பண்ணையில் உழைக்கத் தொடங்கினார். அவரே லண்ட்பெர்க் பண்ணையின் தற்போதைய நிர்வாக இயக்குநர்.

லண்ட்பெர்க் பரம்பரையின் நான்காவது தலைமுறையினரும் இப்போது வந்துவிட்டனர். அல்பர்ட் லண்ட்பெர்க் வெறும் 40 ஏக்கரில் ஆரம்பித்த இயற்கை விவசாயம், இப்போது 14000 ஏக்கர் சாம்ராஜ்ஜியமாக அமெரிக்காவை ஆண்டு கொண்டிருக்கிறது. அதில் 5000 ஏக்கர் லண்ட்பெர்க் குடும்பத்தினருக்கு சொந்தமானது. 9000 ஏக்கரில் ஒப்பந்த அடிப்படையில் இயற்கை விவசாயம் செய்து வருகின்றனர். இன்றைக்கும் அமெரிக்காவின் நம்பர் 1 ஆர்கானிக் அரிசி லண்ட்பெர்க் பண்ணையில் விளைவதே. அவர்களது பிற ஆர்கானிக் தயாரிப்புகளும் சந்தையில் முன்னணியில் இருக்கின்றன.

லண்ட்பெர்க் பண்ணையின் தேவைக்கான மின்சாரம் முழுவதும் அங்கே அமைக்கப்பட்டுள்ள காற்றாலைகளில் இருந்தே பெறப்படுகின்றன. பண்ணையின் கழிவுகளை மறுசுழற்சி செய்து மீண்டும் பயன்படுத்தும் நுட்பத்தில் 99.7 சதவிகித வெற்றியை 2008-ம் ஆண்டிலேயே லண்ட்பெர்க் பண்ணை பெற்றது. அடுத்ததாக பண்ணையில் பல இடங்களில் சூரிய ஒளி மூலம் ஆற்றலைச் சேமித்து, அவர்களது நெல் ஆலையை இயக்கும் நோக்கத்துடன் பணி செய்து கொண்டிருக்கின்றனர்.

பசுமைப் புரட்சியின் சுழலில் சிக்கி, மனம் வெதும்பி, திருந்தி இயற்கைப் பாதைக்குத் திரும்பிய பலர் உண்டு. ஆனால், ஒருபோதும் வேதியியல் வில்லன்களின் பிடியில் சிக்காமல், இயற்கை விவசாயத்தை மட்டுமே நம்பி ஆர்கானிக் அரிசி ராஜ்ஜியத்தை உருவாக்கிய அல்பர்ட் லிண்ட்பெர்கும் அவரது வாரிசுகளும் அமெரிக்காவின் இயற்கை விவசாய முன்னோடிகள்!

வாத்து முட்டைத் திருவிழா!

ஒவ்வோர் அறுவடைக்கும் முன்பு, லண்ட்பெர்க் பண்ணையில் சூழலியல் ஆய்வாளர்கள், பறவை நேசர்கள் எல்லாம் ஒன்று கூடுகிறார்கள். ஆயிரக்கணக்கான ஏக்கர் நிலத்தில் எங்கெங்கே வாத்துகள், வேறு பறவைகள் முட்டையிட்டிருக்கின்றன என்று தேடித் திரிகிறார்கள். ஒவ்வோர் ஆண்டும் ஆயிரக்கணக்கான முட்டைகளைப் பத்திரமாகச் சேகரித்து பாதுகாக்கிறார்கள். அவை நல்ல முறையில் குஞ்சு பொரிக்க வைக்கப்படுகின்றன. இந்த முட்டை சேகரிப்பு நிகழ்வு என்பது லண்ட்பெர்க் பண்ணையில் ஒரு திருவிழா போலவே கொண்டாடப்படுகிறது. ஒவ்வொரு முட்டையும் கவனமாகச் சேகரிக்கப்பட்ட பிறகே, கதிர் அறுக்கும் எந்திரங்கள் களத்தில் இறக்கப்படுகின்றன.

20

சுந்தர ராமன்

நடமாடும் வேளாண் பல்கலைக்கழகம்!

இயற்கை விவசாயத்தை அதிக விளைச்சலையும் லாபத்தையும் ஈட்டித்தரும் விஷயமாகப் பார்க்கக்கூடாது. அதை நம் மண்ணின் வளத்தை என்றென்றைக்கும் உயிர்ப்போடு பாதுகாக்கும் செயல்முறையாக மட்டுமே நோக்க வேண்டும்.

இருபதாம் நூற்றாண்டில் மனிதர்களிடையே, மனிதர்களால் நிகழ்த்தப்பட்ட ஆகப்பெரிய மோசடி எதுவென்றால் அது பசுமைப்புரட்சிதான். 'மக்கள் தொகைப் பெருக்கத்தால் உணவுத் தட்டுப்பாடு, பஞ்சம், வறுமை எல்லாம் கோரத்தாண்டவம் ஆடும். அதனால் உடனடியாக நவீன முறையில் விளைச்சலை அதிகரித்தே தீர வேண்டும்' என்று விஷமப் பிரசாரத்தால், செயற்கை உரம், பூச்சிக்கொல்லி போன்ற 'ரசாயன ஆயுதங்களால்' நிலங்களை எல்லாம் விஷமாக்கிய நீண்ட கால யுத்தம் அது. இந்தியாவின் மரபு சார்ந்த வேளாண்மையை வீழ்த்துவற்காகவே திட்டமிட்டு நடத்தப்பட்ட சதி. உணவு விஷமானால் நோய்கள் பெருகும். நோய்கள் பெருகினால்

அது சார்ந்த தொழில்கள் செழிக்கும். இப்படி ஒன்றுடன் ஒன்று பின்னிப் பிணைந்த மாயவலைக்குள் அப்பாவி விவசாயிகள் மீளவே இயலாமல் வீழ்த்தப்பட்ட சோகச் சரித்திரம். அந்த ப'சுமை'ப் புரட்சி உண்டாக்கிய பாதிப்புகளிலிருந்து நிலங்களும் விவசாயிகளும் மீள்வதென்பது இன்னொரு சுதந்தரப் போருக்கு ஒப்பான நெடிய போராட்டமாகத்தான் இருந்து வருகிறது.

அப்படிப்பட்டப் போராளிகளுள் ஒருவர் சத்தியமங்கலம் சுந்தர ராமன். அவரது பரம்பரையில் எல்லோரும் விவசாயிகளே. அவரது சகோதரர்களுக்குக் கைகொடுத்த படிப்பு சுந்தர ராமனுக்குச் சரிப்பட்டு வரவில்லை. ஆனால், இயற்கையிடம் கற்றுக் கொள்வதில் அவருக்கு ஆர்வம் இருந்தது. சுந்தர ராமன் தந்தையின் மறைவுக்குப் பிறகு குடும்பத்தின் பண்ணைப் பொறுப்புகளை அவரது தாயார் ஏற்றுக்கொண்டார். வயதான தாயார் தனியாகக் கஷ்டப்படுவதைக் கண்ட சுந்தர ராமன், முழு நேர விவசாயத்தைக் கையில் எடுத்தார்.

பசுமைப் புரட்சி, வெள்ளாட்டுத்தோல் போர்த்திய குள்ளநரியாக உள்ளே நுழைந்திருந்த சமயம் அது. சுந்தர ராமனின் மூத்த சகோதரர் ராமகிருஷ்ணன், உரம் மற்றும் பூச்சிக்கொல்லி தயாரிக்கும் தனியார் நிறுவனம் ஒன்றில் பணியாற்றிக் கொண்டிருந்தார். பயிர்களுக்கான ரசாயன உரம் மற்றும் பூச்சிக்கொல்லிகளைப் பயன்படுத்துவதற்கு சகோதரர் வழிகாட்டினார். அதன்படி ரசாயன விவசாயத்தைச் மேற்கொள்ளும் வெற்றிகரமான விவசாயியாக சுந்தர ராமன் வலம் வரத் தொடங்கினார். அந்த உர நிறுவனத்தின் சோதனைக்களமாக அவரது விளைநிலம் பயன்படத் தொடங்கியது.

சுந்தர ராமனின் நலனின் அக்கறை கொண்ட பெரியவர் எஸ். என். நாகராஜன். இயற்கை விவசாயத்தின் மீது அதீத அக்கறை கொண்ட போராளி. 'இந்தப் பசுமைப் புரட்சி என்பதே பெரிய ஏமாற்றுவேலை. பிற்காலத்துல நிலமெல்லாம் கெட்டுப்போகும். உரமும் பூச்சிக்கொல்லியும் தயாரிக்கிறவன் பெரும் பணக்காரன் ஆவான். புதுசு புதுசா நோய்கள் எல்லாம் வரும். டாக்டரும், மருந்து கம்பெனிக்காரனும் சம்பாதிப்பான்.

ஆனா, விவசாயிங்க நீங்க கஷ்டத்துலதான் இருப்பீங்க!' - என்று அப்போதே நாகராஜன், சுந்தர ராமனை எச்சரித்தார். ஆனால், நாட்டுரகத்தைவிட, பசுமைப் புரட்சி ரசாயன விவசாயத்தில் இரண்டு, மூன்று மடங்கு விளைச்சலைக் கண்டு பயன்பெற்றுக் கொண்டிருந்த சுந்தர ராமனைப் போன்ற விவசாயிகள் அந்த உண்மையைக் காதுகொடுத்துக் கேட்கவில்லை.

சுமார் 30 ஆண்டுகள் சுந்தர ராமனின் பண்ணை, வேதி உரங்களின் ஆராய்ச்சிக்கூடமாகத் திகழ்ந்தது. பல்வேறு விஞ்ஞானிகள் வந்து அங்கே அவருடன் இணைந்து சோதனைகளை மேற்கொண்டனர். அவர்களிடம் பல விஷயங்களை நேரடியாகவே கற்றுக் கொண்டார் சுந்தர ராமன். அப்போது அவர் மேற்கொண்ட ரசாயன விவசாயம்தான், அவர் நிரந்தரமாக 'இயற்கை விவசாயம்' நோக்கித் திரும்பக் காரணமாகவும் அமைந்தது.

ஒரு காலத்தில் 5 மிலி மட்டுமே தேவைப்பட்ட பூச்சிக்கொல்லி மருந்து, சில ஆண்டுகள் கழித்து 60 மிலி பயன்படுத்தியும் பூச்சிகளைக் கொல்லவில்லை. ஆரம்பத்தில் அதிக விளைச்சலைத் தந்த ரசாயன உரங்கள் எல்லாம் விலையில் மட்டும் பல மடங்கு உயர்ந்து நின்றன. விளைச்சலில் ஏமாற்றத்தைப் பெருக்கின. எல்லாவற்றுக்கும் மேலாக சுந்தர ராமனின் உடல்நிலை

பாதிக்கப்பட்டது. ஆஸ்துமா தொந்தரவு தொடங்கி பல்வேறு உபாதைகள் வரை அனுபவித்தார். பட்டுத் தெளிந்து கிடைத்த ஞானம், அவரை இயற்கை வழி நோக்கித் திருப்பியது.

1990-களின் ஆரம்பத்தில் ரசாயன விவசாயத்தை முற்றிலும் தள்ளி வைத்தார் சுந்தர ராமன். இயற்கை விவசாயத்தைக் கற்றுக் கொள்வதற்காகவே பல்வேறு நபர்களைத் தேடிச் சென்றார். அவர்களோடு தங்கி, அந்த நிலங்களில் எல்லாம் பணிபுரிந்து ஞானம் பெற்றார். சுந்தர ராமன் முக்கியமாகக் கற்றுக் கொண்ட விஷயம் இதுதான். 'இயற்கை வேளாண்மையை யாரும் கற்றுத் தர முடியாது. அதை நோக்கி வழிகாட்ட முடியும். அவரவர் நிலங்களின் தன்மை, அந்தந்தப் பகுதி தட்பவெட்பநிலைக்கு ஏற்ப அனுபவங்களின் மூலமாகவே ஒவ்வொருவரும் இயற்கை வேளாண்மையைக் கற்றுக் கொள்ள முடியும்.'

சுந்தர ராமன், தபோல்கரை தன் மானசீக குருவாக ஏற்றுக்கொண்டார். பாஸ்கர் சாவே மற்றும் நாராயண ரெட்டியிடமிருந்து கற்றுக் கொண்டார். நம்மாழ்வார் மற்றும் அவரது சகோதரர் பாலகிருஷ்ணன் ஆகியோருடன் இணைந்து செயல்பட்டார். இயற்கை நோக்கித் திரும்பியதில் சுந்தர ராமனுக்குக் கிடைத்த முதல் பலன் அவரது ஆரோக்கியம் முழுமையாக மீண்டது. ஆஸ்துமாவும் இன்ன பிற உபாதைகளும் ஐந்தே வருடங்களில் காணாமல் போயின. இத்தனைக் காலமாக மண்ணை மட்டுமல்ல, தன் உடலையுமே உரக்கம்பெனிக்காரன் சோதனைக் களமாகப் பயன்படுத்தி வந்துள்ளான் என்பதை

சக விவசாயிகளை இயற்கை வேளாண்மையை நோக்கித் திரும்பச் செய்தால் மட்டும் போதுமா? அவர்களது விளைபொருள்களைச் சந்தைப்படுத்தவும் வழிகாட்ட வேண்டுமல்லவா. அதற்காகவே 'அடிசில் சோலை' என்றோர் அமைப்பை சுந்தர ராமன் உருவாக்கியிருக்கிறார்.

உணர்ந்து கொண்டார். 'இயற்கை எப்போதும் உனக்கு உதவத் தயாராகவே இருக்கிறது. நீ அதற்கு ஒத்துழைக்கத் தயாராக, தகுதியுள்ளவனாக இருக்கிறாயா?' என்று அவருக்குள் அனுபவத்தால் எழுந்த கேள்வி, சுந்தர ராமனை 'இயற்கை விஞ்ஞானி'யாக மாற்றத் தொடங்கியது.

அதுவரை ரசாயன விவசாயத்தில் அவர் கற்றுக்கொண்ட அனுபவங்கள், எதெல்லாம் செய்யவே கூடாது என்பதில் தெளிவைக் கொடுத்தன. தீமை செய்யும் பூச்சிகளை அழிக்கும் பூச்சிக்கொல்லிகள், பயிருக்கு நன்மை செய்யும் பூச்சிகளையும் சேர்த்தே கொல்கிறது. நன்மை செய்யும் பூச்சிகளை விட்டு வைத்தால் அவையே தீமை செய்யும் பூச்சிகளை அழித்து பயிர்களையும் பாதுகாக்கும் என்று மற்றவர்களுக்கு எடுத்துரைக்க ஆரம்பித்தார். தென்னை மரங்களுக்கிடையில் கால்நடைத்தீவனம், பப்பாளிக்கு இடையில் மிளகாய், அதற்குக் கீழடுக்கில் மஞ்சள் என்று பல அடுக்கு வெள்ளாமையை மேற்கொண்டு வருகிறார். சுழற்சி முறையில் பயிர்களை மாற்றிக் கொண்டு வருகிறார்.

சுந்தர ராமனின் நிலத்தின் கிணற்று நீர் மிகவும் கடினத் தன்மையுடன் பயன்படுத்தவே இயலாத அளவுக்கு மாறிப் போயிருந்தது. இயற்கை விவசாய முறைகளும், அதனால் மண்புழுக்களின் பெருக்கமும், மழைநீர்ச் சேகரிப்பும், அந்த நீரை நாளடைவில் நல்ல நீராக மாற்றியுள்ளன. பெய்யும் மழையின் பெரும்பான்மையான நீர், அந்த நிலத்தை விட்டு வெளியேறுவது கிடையாது. காரணம் மண்புழுக்கள் உருவாக்கியுள்ள நுண்துளைகள் வழியே நீர் உள்ளிறங்கிவிடுகிறது. எனவே நிலத்தடி நீர்மட்டமும் பெருமளவு உயர்ந்திருக்கிறது.

சுந்தர ராமனின் அமைத்துள்ள சாண எரிவாயு கலன் மூலமாகவே அவர் வீட்டுசமையல் நடைபெறுகிறது. அவரது, ஒருங்கிணைந்த இயற்கை விவசாயப் பண்ணையில், சாண எரிவாயுக்கலனில் இருந்துவரும் சாணிப்பால், பண்ணைக் குப்பைகளை எளிதில் மக்க வைக்கிறது. பாசன நீருடன் அது கலந்து மற்ற பயிர் ஊக்கிகள் சிறப்பாகச் செயல்படத் துணைபுரிகிறது. நுண்ணுயிர்களுக்கும் மண்புழுக்களுக்கும் சிறந்த நண்பனாகவும் விளங்குகிறது.

இயற்கை விவசாயச் செயல்பாட்டில் சுந்தர ராமனின் முக்கியமான சாதனை, அவர் நடத்திக் கொண்டிருக்கும் தமிழக உழவர் தொழில் நுட்பக்கழகம். இந்த அமைப்பின் மூலம் ரசாயன விவசாயத்திலிருந்து, இயற்கை விவசாயத்துக்கு மாற விரும்பும் விவசாயிகளுக்கு வழிகாட்டுகிறார். அவர்கள் அடிப்படையாகச் செய்ய வேண்டிய மாற்றங்கள், இயற்கை வேளாண்மைக்குத் தேவையான இடுபொருட்கள் உருவாக்கும் முறைகள், பயிர்ச்சுழற்சி முறைகள் போன்ற பல்வேறு விஷயங்களைக் கற்றுத் தருகிறார். இதற்காகப் பல்வேறு இயற்கை வேளாண் நிபுணர்களும் சுந்தர ராமனின் பண்ணைக்கு வந்து வகுப்புகள் எடுத்திருக்கின்றனர். அதில் மறைந்த நாராயண ரெட்டி அவர்களது பங்கு அளப்பரியது. இந்த அமைப்பினால் ஏராளமான விவசாயிகள் மீண்டும் இயற்கை வழியை நோக்கித் திரும்பியிருக்கின்றனர்.

சுந்தர ராமன் நடத்தி வரும் இன்னொரு அமைப்பு, 'தாளாண்மை உழவர் இயக்கம்.' கோவை, ஈரோடு மாவட்டங்களில் இயங்கும் இயற்கை விவசாயிகளுக்கான கருத்துப் பரிமாற்றம், ஒருவருக்கொருவர் தேவைப்படும் உதவிகள், களப்பணிகளுக்கான ஒருங்கிணைப்பு போன்றவற்றைச் செயல்படுத்தும் அமைப்பாக இது வெற்றிகரமாக இயங்கி வருகிறது.

'உழவர் ஆற்றுப்படை' என்றோர் அமைப்பையும் சுந்தர ராமன் நடத்தி வருகிறார். வேதிப்பொருட்களால் பாதிக்கப் பட்ட நிலங்களை மீட்டெடுக்கும் அமைப்பு இது. புதிதாக இயற்கை வேளாண்மைக்கு மாறும் விவசாயிகளுக்கு, மண்புழுக்களை எவ்வாறு மண்ணில் பெருக்க வேண்டும் என்பது குறித்த பயிற்சிகளை இந்த அமைப்பு வழங்குகிறது.

சக விவசாயிகளை இயற்கை வேளாண்மையை நோக்கித் திரும்பச் செய்தால் மட்டும் போதுமா? அவர்களது விளைபொருள்களைச் சந்தைப்படுத்தவும் வழிகாட்ட வேண்டுமல்லவா. அதற்காகவே 'அடிசில் சோலை' என்றோர் அமைப்பை சுந்தர ராமன் உருவாக்கியிருக்கிறார். இதன் மூலம் இயற்கை விளைபொருள்களை நேரடியாகவோ, மதிப்புக்கூட்டியோ விற்பனை செய்ய சந்தை அமைத்துக் கொடுக்கப்படுகிறது.

வேளாண் மாணவர்களும் சுந்தர ராமனிடம் வந்து பயிற்சி பெற்றுச் செல்கிறார்கள். ஆய்வாளர்களும் வந்து மரபு விவசாயத்தை உணர்ந்து செல்கிறார்கள். மலைவாழ் பழங்குடியினருக்கும் இயற்கை வேளாண்மையைக் கற்றுக் கொடுக்கும் அற்புதமான பணியைச் செய்து வருகிறார் சுந்தர ராமன். 78 வயதிலும் சுணங்காமல் மேன்மேலும் விவசாயிகளை இயற்கையை நோக்கித் திரும்பச் செய்ய வேண்டும் என்று சுறுசுறுப்பாக உழைத்துக் கொண்டிருக்கும் இவர் ஒரு 'நடமாடும் வேளாண் பல்கலைக்கழகம்!'

சுந்தர ராமன் வேளான் சமூகத்துக்குச் சொல்லும் முக்கியமான செய்தி இதுதான்.

'விவசாயிக்கு இன்னொரு பெயர் உண்டு. பசிப்பிணி மருத்துவன். பசி என்னும் பிணியை நீக்குபவன். பிணியை நீக்க அவன் தரும் உணவானது நஞ்சற்றதாக, ஆரோக்கியமானதாக இருக்க வேண்டும். அந்தச் சமுதாயப் பொறுப்பு விவசாயிக்கு இருக்கிறது. அதற்கு இயற்கை வேளாண்மை மட்டுமே ஒரே வழி!'

நிறைவாக...

இந்தப் புத்தகத்தில் பேசப்பட்டிருக்கும் இருபது விவசாயிகளும் இன்றைய உலகத்தின் முன் மாதிரிகள். இயற்கை வேளாண்மையால் தன்னையும் மேம்படுத்திக் கொண்டு, ஒரு சமூகத்தையே வளப்படுத்தும், ஆரோக்கியமான வழிக்குத் திரும்பச் செய்யும் அரிய பணியைச் செய்து கொண்டிருப்பவர்கள். இதில் எழுதப்படாத இதுபோன்ற எண்ணற்ற மாண்புமிகு விவசாயிகளுக்கும் இந்தப் புத்தகம் சமர்ப்பணம்.

இந்தக் கட்டுரைகளை பசுமை விகடனில் தொடராக வெளியிட்ட பசுமை விகடன் ஆசிரியர் குழுவினருக்கும், நண்பர் பாலு சத்யாவுக்கும் நன்றி.

அன்புடன்

முகில்

சிக்ஸ்த்சென்ஸ் பதிப்பகம் மற்றும்
வானவில் புத்தகாலயம் வெளியிட்டிருக்கும்
ஆசிரியரின் பிற புத்தகங்கள்.

அகம் புறம் அந்தப்புரம்: இந்திய சமஸ்தானங்களின் வரலாறு

ஹிட்லர்: சொல்லப்படாத சரித்திரம்

பயண சரித்திரம் (பாகம் 1)

உணவு சரித்திரம் (பாகம் 1 & 2)

வெளிச்சத்தின் நிறம் கருப்பு (பாகம் 1 & 2)

சந்திரபாபு: கண்ணீரும் புன்னகையும்

எம்.ஆர். ராதா: கலகக்காரனின் கதை

நம்பர் 1: சாதனையாளர்களின் சரித்திரம்

திறந்திடு சீஸேம்: பொக்கிஷங்களின் சரித்திரம்

சிரிக்கச் சிரிக்கச் சரித்திரம் (1, 2)

நீ இன்றி அமையாது உலகு (1, 2)

ஒலிம்பிக் டைரிக் குறிப்புகள்

குறிப்புகளுக்காக...